Pananampalataya:
Ang Katiyakan sa mga Bagay na Inaasahan

Dr. Jaerock Lee

*"Ngayon, ang pananampalataya
ay ang katiyakan sa mga bagay na inaasahan,
ang paninindigan sa mga bagay na hindi nakikita.
Tunay na sa pamamagitan nito ang mga tao noong una
ay tumanggap ng patotoo.
Sa pananampalataya ay nauunawaan natin na ang mga sanlibutan
ay nilikha sa pamamagitan ng salita ng Diyos,
anupa't ang mga bagay na nakikita ay nagmula
sa mga bagay na hindi nakikita."*
(Sa Mga Hebreo 11:1-3)

Pananampalataya: Ang Katiyakan sa mga Bagay na Inaasahan ni Dr. Jaerock Lee
Inilathala ng Aklat ng mga Urim (Kumakatawan: Seongnam Vin)
73, Yeouidaebang-ro 22-gil, Dongjak-gu, Seoul, Korea
www.urimbooks.com

Ang lahat ng Karapatan ay nakalaan. Ang aklat na ito o mga bahagi niyaon ay hindi maaaring ipalimbag sa anumang anyo, itago sa ibang mga nakukuhang sistema, o maisalin sa anumang anyo o sa anumang pamamaraan, elektroniks, mekanikal, pagkopya, pagrerecored, o sa makatuwid ng walang paunang sulat pahintulot ng taga-paglathala.

Kung hindi nakatala, lahat ng siniping talata ay nagmula sa Banal na Kasulatan, ANG BAGONG ANG BIBLIA, ® Karapatan ng May-akda© 2001, Philippine Bible Society.

Karapatang sipi © 2018 ni Dr. Jaerock Lee
ISBN: 979-11-263-0449-3   03230
Naisaling Siping May karapatan © 2011 ni Dr. Esther K. Chung, Ginamit nang may pahintulot.

Naunang Nailathala sa Koreano ng Mga Aklat ng Urim noong 1990

Unang Limbag Oktubre 2018

Sinuri ni Dr. Geumsun Vin
Dinesenyo ng Kagawarang Editoryal ng Mga aklat ng Urim
Nailimbag ng Palimbagang Kumpanya ng Prione
Para sa karagdagang impormasyon: urimbook@hotmail.com

Paunang Salita

Higit sa lahat ng ito, iniaalay ko ang lahat ng pasasalamat at luwalhati sa Diyos Ama na Siyang gumabay sa amin upang malimbag ang aklat na ito.

Ibinigay ng Diyos na Pag-ibig, ang Kanyang bugtong na Anak, si Jesu-Cristo, bilang kabayaran ng sangkatauhan na nakatadhanang mamatay dahil sa kanilang mga kasalanan, simula pa noong pagsuway ni Adan. Ang Diyos ang gumawa ng daan patungo sa kaligtasan para sa atin. Sa pamamagitan ng pananampalataya, ang sinumang magbubukas ng kanyang puso at tatanggap kay Jesu-Cristo bilang Tagapagligtas ay patatawarin sa kanyang mga kasalanan, tatanggap ng kaloob na Banal na Espiritu at kikilalaning anak ng Diyos. Bukod pa dito, bilang anak ng Diyos, may karapatan siyang tumanggap ng mga kasagutan sa anumang hilingin niya sa pamamagitan ng pananampalataya. Masaganang buhay na walang kakapusan ang bunga nito, at magkakaroon din siya ng kakayahang mapagtagumpayan ang mundo.

Sinasabi sa atin ng Biblia na ang mga ama ng pananampalataya ay naniwalang may kapangyarihan ang Diyos na lumikha ng isang bagay mula sa wala. Naranasan nila ang kamanghamanghang mga pagkilos ng Diyos. Ang Diyos natin ay Siya ring Diyos kahapon, ngayon at bukas, at sa Kanyang nangingibabaw na kapangyarihan, gumagawa pa rin siya ng kaparehong mga gawa para sa mga naniniwala at nagsasabuhay ng salita Niya na nakatala sa Biblia.

Sa aking ministeryo sa nakaraang dekada, nasaksihan ko ang hindi mabilang na miyembro ng Manmin na tumanggap ng mga kasagutan at solusyon sa sarisaring problemang pinagdaanan nila. Dahil ito sa kanilang pananalig at pagtupad ng salita ng katotohanan. At nagawa rin nilang luwalhatiin ang Diyos. Nang maniwala sila sa salita ng Diyos na nagsasabing *"Ang kaharian ng langit ay sapilitang pinapasok at sinasakop ng mga taong mararahas"* (Mateo 11:12), nagpakahirap sila, nanalangin at isinabuhay ang salita ng Diyos upang magkaroon ng higit na malaking pananampalataya. Naging higit silang mahalaga at maganda para sa akin kaysa ano pa mang bagay.

Ang sulating ito ay para sa mga nananabik na magkaroon

ng matagumpay na buhay sa pamamagitan ng tunay na pananampalataya para maluwalhati ang Diyos. Ipinapalaganap nito ang pag-ibig ng Diyos at ibinabahagi ang ebanghelyo ng Panginoon. Sa nakaraang dalawang dekada, nakapagpahayag ako ng maraming mensahe tungkol sa "Pananampalataya" at pumili kami at isinaayos ang mga ito, kaya naging posible ang paglalathala nito. Nais kong magsilbing parola ang sulating ito – *Pananampalataya: Ang Katiyakan sa mga Bagay na Inaasahan* – isang gabay patungo sa tunay na pananampalataya para sa hindi mabilang na mga kaluluwa.

Ang hangin ay humihihip kung saan nito naisin at hindi ito nakikita ng ating mga mata. Ngunit kapag nakikita natin ang mga dahon ng puno na umiindayog, masasabi nating may hangin. Sa ganito ring diwa, kahit na hindi natin nakikita ang Diyos, mayroong Diyos at Siya ay buhay. Kaya sang-ayon sa pananampalataya mo sa Kanya, sa kahit na anong sukat nito, makikita mo, maririnig, madarama, at mararanasan ang Kanyang presensiya.

Jaerock Lee

Nilalaman

Ang Katiyakan sa mga Bagay na Inaasahan

Paunang Salita

Kabanata 1
Makalaman na Pananampalataya at Espirituwal na Pananampalataya   1

Kabanata 2
Ang Kaisipan ng Laman ay Pagkapoot Laban sa Diyos   15

Kabanata 3
Gibain ang Lahat ng Uri ng Pangangatuwiran at Teorya   33

Kabanata 4
Maghasik ng Binhi ng Pananampalataya   49

Kabanata 5
"'Kung Kaya Mo?' Lahat ng Bagay ay Maaaring Mangyari!"   65

Kabanata 6
Tanging sa Diyos Lamang Umasa si Daniel   81

Kabanata 7
Ang Diyos ay Handang Magkaloob   95

Kabanata 1

Makalaman na Pananampalataya at Espirituwal na Pananampalataya

"Ngayon, ang pananampalataya
ay ang katiyakan sa mga bagay na inaasahan,
ang paninindigan sa mga bagay na hindi nakikita.
Tunay na sa pamamagitan nito
ang mga tao noong una ay tumanggap ng patotoo.
Sa pananampalataya ay nauunawaan natin na ang mga
sanlibutan ay nilikha sa pamamagitan ng salita ng Diyos,
anupa't ang mga bagay na nakikita ay nagmula
sa mga bagay na hindi nakikita."

Hebreo 11:1-3

Nasisiyahan ang isang pastor kapag nakikita niya ang kawan na mayroong pananalig at niluluwalhati ang Diyos sa kanilang pananampalataya. Sa isang banda, kapag ang ilan sa kanila ay nagiging mga saksi ng Diyos na buhay at nagpapatotoo sa buhay nilang na kay Cristo, nagagalak ang pastor at higit na nagiging masigasig sa tungkuling ibinigay ng Diyos sa kanya. Sa kabilang banda, kapag ang ilan ay bigong isulong ang kanilang pananalig at nahuhulog sa mga pagsubok at karamdaman, ang pastor ay nasasaktan at naguguluhan ang kanyang damdamin.

Kung walang pananampalataya, hindi lang imposibleng maluwalhati ang Diyos at tumanggap ng kasagutan sa mga panalangin, magiging napakahirap ding tumanggap ng pag-asa mula sa langit at mamuhay ng maayos na buhay na may pananampalataya.

Pananampalataya ang pinakamahalagang pundasyon sa buhay ng isang Cristiano. Ito ang pinakamadaling daan sa kaligtasan at pinakakinakailangan upang tumanggap ng mga kasagutan mula sa Diyos. Sa panahon ngayon, dahil walang ideya ang mga tao sa tamang kahulugan ng pananampalataya, maraming tao ang nabibigong magkaroon ng tunay na pananampalataya. Nabibigo silang magkaroon ng katiyakan ng kaligtasan. Nabibigo silang lumakad sa liwanag at tumanggap ng kasagutan ng Diyos kahit na ipinahayag na nila ang kanilang pananalig sa Diyos.

Nahahati sa dalawang kategorya ang pananampalataya:

Makalaman na Pananampalataya at Espirituwal na Pananampalataya. Ipinapaliwanag ng unang kabanata kung ano ang tunay na pananampalataya at kung paano ka makakatanggap ng mga sagot mula sa Diyos at kung paano ka maaakay sa daan patungo sa buhay na walang hanggan sa pamamagitan ng tunay na pananampalataya.

1. Makalaman na Pananampalataya

Kapag naniniwala ka sa mga nakikita mo lang at sa mga umaayon sa iyong kaalaman at iniisip, ang uri ng pananampalataya mo ay "makalaman na pananampalataya." Sa ganitong pananampalataya, ang pinaniniwalaan mo lang ay ang mga bagay na nagmula o ginawa sa mga bagay na nakikita. Halimbawa, naniniwala kang ang desk o mesa ay gawa sa kahoy.

Tinatawag din itong "pananampalataya sa kaalaman." Sa makalaman na pananampalataya, naniniwala ka lang sa umaayon sa kaalamang nasa utak mo at sa mga iniisip mo. Naniniwala kang ang desk o mesa ay gawa sa kahoy dahil nakita mo o narinig na gawa ito sa kahoy, at nauunawaan mo ito.

Ang tao ay may sistema ng pag-aalaala sa utak niya. Simula sa kapanganakan, inilalagay na sa utak ang lahat ng uri ng kaalaman. Inilalagak sa utak ang lahat ng kaalaman na nakita, narinig, natutunan sa mga magulang, mga kapatid, mga kaibigan, mga kapitbahay, sa eskwelahan, at ginagamit ang mga ito kapag kinakailangan.

Hindi lahat ng kaalamang nasa utak ay may katotohanan. Ang salita ng Diyos ang katotohanan dahil hindi ito lumilipas, habang ang kaalaman na galing sa mundo ay pabagu-bago, at ito ay pinaghalu-halong katotohanan at kasinungalingan. Dahil wala sa tao ang lubos na pagkaunawa sa katotohanan, hindi nila naiisip na ang mga kasinungalingan ay nagagamit na parang katotohanan. Halimbawa, naniniwala silang totoo ang teorya ng "evolution" (na ang tao ay nanggaling sa unggoy) dahil natutunan nila ito sa eskwelahan, at hindi nila natutunan ang salita ng Diyos.

Ang mga naniniwalang ang mga bagay ay nagmumula o gawa sa iba pang mga bagay ay hindi makakapaniwalang maaaring magmula ang isang bagay sa "wala."

Kung ang isang taong may makalaman na pananampalataya ay pipiliting maniwala na ang isang bagay ay maaaring magmula sa "wala," ang kaalamang nasa utak niya at pinaniniwalaan simula pa sa kapanganakan niya ay pipigil sa kanyang maniwala. May pagdududa siya at hindi niya ito mapapaniwalaan.

Sa ikatlong kabanata ng Juan, pumunta kay Jesus ang isang pinuno ng mga Judio, si Nicodemo, at nakipagtalastasan sa Kanya tungkol sa mga espirituwal na bagay. Sa kanilang pag-uusap, hinamon siya ni Jesus, *"Kung sinabi Ko sa inyo ang mga bagay na makalupa at hindi ninyo pinaniniwalaan, paano ninyong paniniwalaan kung sabihin Ko sa inyo ang mga bagay na makalangit?"* (t. 12)

Sa simula ng buhay Cristiano mo, isinasaisip mo ang karunungang mula sa salita ng Diyos habang naririnig mo ito. Ngunit hindi mo kayang paniwalaan ang lahat-lahat sa simula, at makikitang ang pananampalataya mo ay makalaman. Sa ganitong pananampalataya, may mga pagdududang darating sa iyo at mabibigo kang mamuhay sa salita ng Diyos, makipag-usap sa Kanya, at tumanggap ng pag-ibig Niya. Kaya ang makalaman na pananampalataya ay tinatawag ding "pananampalatayang walang mga gawa," o "patay na pananampalataya."

Hindi ka maliligtas sa makalaman na pananampalataya. Sinabi ni Jesus sa Mateo 7:21, *"Hindi lahat ng nagsasabi sa akin 'Panginoon, Panginoon,' ay papasok sa kaharian ng langit, kundi ang gumaganap ng kalooban ng Aking Ama na nasa langit"* at sa Mateo 3:12, *"Nasa kamay Niya ang Kanyang kalaykay at lilinisin Niya ang Kanyang giikan. Titipunin Niya ang Kanyang trigo sa kamalig, subalit ang ipa ay susunugin Niya sa apoy na hindi mapapatay."* Sa madaling salita, kung hindi mo isinasabuhay ang salita ng Diyos at ang pananampalataya mo ay masumpungang pananampalatayang walang mga gawa, hindi ka makakapasok sa kaharian ng langit.

2. Espirituwal na Pananampalataya

Kapag naniniwala ka sa mga bagay na hindi nakikita at hindi umaayon sa isipan o kaalaman ng tao, maipapalagay na mayroon kang espirituwal na pananampalataya. Sa espirituwal na pananampalataya, naniniwala kang ang isang bagay ay magagawa mula sa "wala."

Ayon sa Sa Mga Hebreo 11:1, ang espirituwal na pananampalataya ay ito: *"Ngayon, ang pananampalataya ay ang katiyakan sa mga bagay na inaasahan, ang paninindigan sa mga bagay na hindi nakikita."* Ibig sabihin nito, kung titingnan mo ang mga bagay gamit ang espirituwal na mga mata, magiging katotohanan ito para sa iyo at kapag nakikita mo sa espirituwal na mga mata ang mga bagay na hindi nakikita, ang matibay na paniniwala mo ay naihahayag. Sa espirituwal na pananampalataya, ang mga bagay na hindi kayang gawin sa makalaman na pananampalataya na tinatawag ding "pananampalataya sa kaalaman," ay magiging posible at malalantad ang katotohanan.

Halimbawa, nang tumingin si Moises gamit ang mata ng pananampalataya, ang Dagat na Pula ay nahati sa dalawa, at ang mga Israelita ay nakatawid sa tuyong lupa (Exodo 14:21-22). At nang tiningnan ni Josue, ang humalili kay Moises, at ng kanyang bayan ang lunsod ng Jerico, at lumigid doon ng pitong araw, at sumigaw nang malakas, gumuho ang pader (Josue 6:12-20). Si Abraham na ama ng pananampalataya ay sumunod sa utos ng Diyos na ialay ang kaisa-isang anak na si Isaac na siyang binhi ng pangako ng Diyos, dahil naniniwala siyang mabubuhay ng Diyos ang patay (Genesis 22:3-12). Ito ang isang dahilan kung bakit ang espirituwal na pananampalataya ay tinawag na "pananampalatayang may mga gawa," at "buhay na pananampalataya."

Isinasaad ng Sa Mga Hebreo 11:3, *"Sa pananampalataya ay nauunawaan natin na ang mga sanlibutan ay nilikha sa pamamagitan ng salita ng Diyos, anupa't ang mga bagay na nakikita ay nagmula sa mga bagay na hindi nakikita."* Ang langit at ang daigdig at ang lahat ng nakapaloob dito kasama ang araw, buwan, mga bituin, mga puno, mga ibon, mga isda, at mga hayop ay nilikha sa pamamagitan ng salita ng Diyos, at nilikha Niya ang sangkatauhan mula sa alabok. Lahat ng ito ay nagmula sa "wala" at maniniwala at mauunawaan lang natin ang katotohanang ito dahil sa espirituwal na pananampalataya.

Hindi lahat ay nakikita ng ating mga mata, ngunit sa kapangyarihan ng Diyos, sa pamamagitan ng Kanyang salita, lahat ng bagay ay nalikha. Kaya ipinapahayag nating ang Diyos ang makapangyarihan sa lahat at nakakaalam ng lahat. At makakatanggap tayo mula sa Kanya ng kahit na anong hilingin natin sa pamamagitan ng pananampalataya. Dahil Ama natin ang makapangyarihang Diyos, at tayo ay Kanyang mga anak, kaya lahat ay nangyayari para sa atin tulad ng ating pinaniniwalaan.

Upang makatanggap ng mga sagot at makaranas ng mga

himala sa pamamagitan ng pananampalataya, dapat mapalitan ang iyong makalaman na pananampalataya ng espirituwal na pananampalataya. Una sa lahat, dapat mong maunawaan na ang kaalamang nasa utak mo simula pa sa iyong kapanganakan at ang makalaman na pananampalataya batay sa ganoong kaalaman ay pumipigil sa iyong magkaroon ng espirituwal na pananampalataya. Dapat mong wasakin ang kaalamang nagdudulot ng pagdududa, at alisin ang kaalamang nandadaya sa utak mo. Sa paglawak ng pakikinig at pagkaunawa mo sa salita ng Diyos, nadadagdagan ang kaalaman ng espiritu mo at dumarating ka sa puntong nakakasaksi ka ng mga tanda at himalang ipinapamalas ng kapangyarihan ng Diyos. At nararanasan mo ang mga pagpapatunay ng Diyos na buhay na naipamalas sa pamamagitan ng mga patotoo ng mga mananampalataya, ang pag-aalinlangan ay iwinawaksi at ang espirituwal na pananampalataya mo ay lumalago.

Sa paglago ng espirituwal na pananampalataya mo, mamumuhay ka sa salita ng Diyos, makikipag-usap sa Kanya, at tatanggap ng sagot mula sa Kanya. Kapag naiwaksi mo na nang husto ang iyong pagdududa, makakatayo ka na sa bato ng pananampalataya at magkakaroon ng matibay na pananampalataya na magdadala sa iyo para maging matagumpay ang buhay mo sa anumang pagsubok at tukso.

Sa batong ito ng pananampalataya, may babala sa Santiago 1:6, *"Ngunit humingi siyang may pananampalataya na walang pag-aalinlangan, sapagkat ang nag-aalinlangan ay katulad ng alon sa dagat na hinihipan at ipinapadpad ng hangin."* Tinatanong tayo sa Santiago 2:14, *"Ano ang pakinabang mga kapatid ko, kung sinasabi ng sinuman na siya'y may pananampalataya, ngunit walang mga gawa? Maililigtas ba siya ng kanyang pananampalataya?"*

Kaya inuudyukan kita na alalahanin na sa pamamagitan ng pagwawaksi ng lahat ng mga pagdududa, pagtayo sa bato ng pananampalataya at pagpapakita ng mga gawa ng pananampalataya, doon ka lang magkakaroon ng espirituwal at tunay na pananampalataya na magliligtas sa iyo.

3. Tunay na Pananampalataya at Buhay na Walang Hanggan

Ang talinghaga ng sampung birhen na nakatala sa Mateo 25 ay nagdudulot ng maraming aral. Ayon sa talinghaga, ang sampung birhen ay kumuha ng mga ilawan upang salubungin ang lalaking ikakasal. Lima sa kanila ay matatalino dahil nagdala sila ng langis sa mga lalagyan at matagumpay na sinalubong ang lalaking ikakasal. Ang lima ay mga hangal dahil hindi sila nagdala ng langis, kaya bigo silang salubungin ang lalaking ikakasal. Ipinapaliwanag ng talinghagang ito sa mga mananampalataya na ang mga tapat na namumuhay at naghahanda sa pagbabalik ng Panginoon, at may espirituwal na pananampalataya ay maliligtas. Ang mga hindi handa ay hindi maliligtas dahil patay ang kanilang pananampalataya, wala itong kaakibat na mga gawa.

Sa Mateo 7:22-23, nagbabala si Jesus sa atin na hindi lahat ay maliligtas, kahit na marami ang nagpropesiya, nagpalayas ng mga demonyo at gumawa ng mga himala sa Kanyang pangalan. Dahil sila ang lumabas na ipa na hindi kumilos sa kalooban ng Diyos kundi namuhay ng laban sa batas at nagkasala.

Paano natin mawawari ang trigo at ang ipa?
Ayon sa *The Compact Oxford English Dictionary* ang "chaff" o ipa ay ang nakatakip na bagay sa palay o buto na naihihiwalay sa pamamagitan ng pagtatahip o paggigiik. Sa espirituwal na aspeto, ang ipa ay sumasagisag sa mananampalataya na sa tingin ay namumuhay sa salita ng Diyos ngunit gumagawa ng kasamaan, hindi binago ang puso sa katotohanan. Nagsisimba sila tuwing Linggo, nag-iikapu, nananalangin sa Diyos, nagkakalinga sa mga nanghihinang miyembro at naglilingkod sa iglesya, subalit ginagawa nila ang mga ito para makita sila ng mga tao at hindi para sa Diyos. Kaya nasa hanay sila ng ipa at hindi makakatanggap ng kaligtasan.

Ang trigo ay ang mga mananampalatayang nahubog na maging espirituwal sa salita ng katotohanan ng Diyos. Sila ang nagkaroon ng pananampalataya na hindi nayuyugyog sa kahit na anong kalagayan, at hindi paliku-liko, sa kanan o sa kaliwa. Ginagawa nila ang lahat sa pamamagitan ng pananampalataya:

Nag-aayuno sila sa pananampalataya, nananalangin sa pananampalataya, upang tumanggap ng mga sagot mula sa Diyos. Hindi sila kumikilos sa pwersa o udyok ng iba, kundi ginagawa ang lahat na may galak at pasasalamat. Dahil sinusunod nila ang tinig ng Banal na Espiritu para malugod ang Diyos, at kumilos sa pamamagitan ng pananampalataya, ang mga kaluluwa nila ay sumasagana, lahat ng bagay ay nagiging maayos at tinatamasa nila ang magandang kalusugan.

Inuudyukan kitang suriin ang iyong sarili kung sinasamba mo ang Diyos sa katotohanan at espiritu o natutulog ka at sinusunod ang walang saysay na iniisip at hinahatulan ang salita ng Diyos habang nasa simbahan. Alalahanin mo kung nag-alay ka ng may kagalakan o nagtipid ka o napilitan lang dahil may nakatingin. Kung gaano kabilis ang paglago ng iyong espirituwal na pananampalataya, higit na dadami ang mga mabubuting gawa mo. Habang isinasabuhay mo ang salita ng Diyos, ang buhay na pananampalataya ay ibibigay sa iyo, mananahan ka sa pag-ibig at biyaya ng Diyos, lalakad ka kasama Niya, at magiging matagumpay sa lahat ng bagay. Lahat ng mga pagpapalang nakatala sa Biblia ay dadating sa iyo dahil tapat ang Diyos sa Kanyang mga pangako tulad ng nakasulat sa Mga Bilang 23:19, *"Ang Diyos ay hindi tao, na magsisinungaling, ni anak ng tao na magsisisi. Sinabi ba Niya at hindi Niya gagawin? O sinalita ba Niya at hindi Niya tutuparin?"*

Gayunman, kung dumadalo ka sa pagsamba at nananalangin ng regular at masipag na naglilingkod sa iglesya, ngunit nabigong tumanggap ng ninanais ng puso, dapat mong mapagtanto na may pagkakamali sa panig mo.

Kung mayroon kang tunay na pananampalataya, dapat mong sundin at isabuhay ang salita ng Diyos. Sa halip na ipilit mo ang sarili mong iniisip at kaalaman, dapat mong kilalanin na ang salita ng Diyos lamang ang katotohanan at maging matapang kang gibain o sirain kung ano ang laban sa salita ng Diyos. Dapat mong iwaksi ang bawat kasamaan sa pamamagitan ng masigasig na pakikinig sa salita ng Diyos at dapat maganap ang pagpapabanal sa pamamagitan ng walang patid na pananalangin.

Hindi totoong maliligtas ka sa simpleng pagsisimba at pakikinig ng salita ng Diyos at pagsasaulo nito bilang kaalaman lang. Kung hindi ito isasabuhay, ito ay patay na pananampalataya na walang mga gawa. Sa pagkakaroon ng tunay at espirituwal na pananampalataya at pagsunod sa kalooban ng Diyos, doon ka lang makakapasok sa kaharian ng langit at magtatamasa ng buhay na walang hanggan.

Nawa'y mapagtanto mo na kalooban ng Diyos na magkaroon ka ng espirituwal na pananampalataya na may kaakibat na mga gawa. Nais Niya na magtamasa ka ng buhay na walang hanggan at ng pribilehiyo ng mga anak ng Diyos na may tunay na pananampalataya!

Kabanata 2

Ang Kaisipan ng Laman ay Pagkapoot Laban sa Diyos

"Sapagkat ang mga ayon sa laman
ay nagtutuon ng kanilang isipan sa mga bagay ng laman;
subalit ang mga ayon sa Espiritu ay sa mga bagay ng Espiritu.
Sapagkat ang kaisipan ng laman ay kamatayan;
subalit ang kaisipan ng Espiritu ay buhay at kapayapaan.
Sapagkat ang kaisipan ng laman ay pagkapoot laban sa Diyos;
sapagkat hindi ito napapasakop sa kautusan ng Diyos,
ni hindi nga maaari; at ang mga nasa laman
ay hindi makapagbibigay-lugod sa Diyos."

Mga Taga-Roma 8:5-8

Sa panahon ngayon napakaraming nagsisimba at nagpapahayag ng kanilang pananampalataya kay Jesu-Cristo. Masaya at magandang balita ito para sa atin. Ngunit sinabi ng Panginoon sa Mateo 7:21, *"Hindi lahat ng nagsasabi sa akin, 'Panginoon, Panginoon,' ay papasok sa kaharian ng langit, kundi ang gumaganap ng kalooban ng Aking Ama na nasa langit."* At idinagdag pa Niya sa Mateo 7:22-23, *"Sa araw na iyon ay marami ang magsasabi sa akin, 'Panginoon, Panginoon, hindi ba nagpropesiya kami sa Iyong pangalan, at nagpalayas ng mga demonyo sa Iyong pangalan, at sa Iyong pangalan ay gumawa kami ng maraming gawang makapangyarihan? At kung magkagayon ay ipahahayag Ko sa kanila, 'Hindi Ko kayo kilala kailanman; lumayo kayo sa Akin, kayong mga gumagawa ng kasamaan!'"*

At sinasabi sa atin sa Santiago 2:26, *"Sapagkat kung paanong ang katawan na walang espiritu ay patay, gayundin naman ang pananampalataya na walang mga gawa ay patay."* Kaya dapat ninyong gawing kumpleto ang inyong pananampalataya sa pamamagitan ng pagsunod para kilalanin kayong tunay na mga anak ng Diyos na tumatanggap ng kahit na anong hilingin ninyo.

Matapos nating tanggapin si Jesu-Cristo bilang Tagapagligtas, nalulugod tayo at naglilingkod na ang nasa isipan natin ay ang batas ng Diyos. Ngunit kung hindi natin nasusunod ang batas ng Diyos, ang pinaglilingkuran natin ay ang batas ng kasalanan at nabibigo tayong bigyang lugod Siya.

Dahil sa kaisipan ng laman, lumalaban tayo sa Diyos at hindi sumusunod sa Kanyang batas.

Gayunman, kung iwawaksi natin ang kaisipan ng laman at susunod sa espirituwal na saloobin, magagabayan tayo ng Espiritu ng Diyos, masusunod ang Kanyang batas at malulugod Siya tulad ng ginawa ni Jesus nang ganapin Niya ang batas na may pag-ibig. Kaya ang pangako ng Diyos na "Lahat ng bagay ay mangyayari para sa taong sumasampalataya" ay magaganap sa atin.

Ngayon ay pag-usapan natin ang kaibahan ng kaisipan ng laman at kaisipang espirituwal. Tingnan natin kung bakit ang kaisipan ng laman ay laban sa Diyos, at kung paano natin ito maiiwasan at paano lalakad ayon sa Espiritu upang malugod ang Diyos.

1. Ang Taong Makalaman ay Nag-iisip ng Makalamang Pagnanasa, subalit ang Espirituwal na Tao ay Nagnanais ng Mga Bagay na Espirituwal

1) Ang Laman at ang Makalamang Pagnanasa.

Sa Biblia, mababasa natin ang mga salitang 'laman,' 'mga bagay na makalaman,' 'mga pagnanasang makalaman,' at 'mga gawang makalaman.' Ang mga salitang ito ay pare-pareho ng kahulugan, at lahat ay nabubulok at nawawala kapag namatay na tayo sa mundong ito.

Ang mga gawa/gawain ng laman ay nakatala sa Galacia 5:19-21: *"Ngayon ay hayag ang mga gawa ng laman, ang mga ito ay pakikiapid, karumihan, kahalayan, pagsamba sa diyus-diyosan, pangkukulam, alitan, pagtatalo, paninibugho, pagkagalit, pagkamakasarili, pagkakabaha-bahagi, mga pagkakampi-kampi, pagkainggit, paglalasing, kalayawan, at ang mga katulad nito. Binabalaan ko kayo, gaya ng aking pagbabala noong una sa inyo, na ang mga gumagawa ng gayong mga bagay ay hindi magmamana ng kaharian ng Diyos."*

Sa MgaTaga-Roma 13:12-14, may babala si apostol Pablo tungkol sa pagnanasang makalaman, *"Malalim na ang gabi, at ang araw ay malapit na. Kaya't iwaksi na natin ang mga gawa ng kadiliman, at ating isakbat ang mga sandata ng liwanag. Lumakad tayo nang maayos, gaya ng sa araw; huwag sa kalayawan at paglalasing, huwag sa kalaswaan at sa kahalayan, huwag sa mga away at paninibugho. Kundi isuot ninyo ang Panginoong Jesu-Cristo, at huwag ninyong paglaanan ang laman, upang masunod ang mga pagnanasa nito."*

Mayroon tayong iniisip at mga saloobin. Kapag may mga makasalanang pagnanasa at mga kasinungalingan sa ating utak, ang mga iyon ay tinatawag na "pagnanasang makalaman," at kapag ang mga pagnanasang iyon ay naisagawa, tinatawag itong "mga gawang makalaman." Ang mga pagnanasa at mga gawang makalaman ay laban sa katotohanan, kaya ang masasamang tao ay hindi magmamana ng kaharian ng Diyos.

Kaya may babala ang Diyos sa atin sa 1 Mga Taga-Corinto 6:9-10, *"Hindi ba ninyo nalalaman na ang mga masasamang tao ay hindi magmamana ng kaharian ng Diyos? Huwag kayong padaya! Ang mga mapakiapid, mga sumasamba sa diyus-diyosan, mga mangangalunya, mga binabae, mga nakikiapid sa kapwa lalaki, mga magnanakaw, masasakim, mga maglalasing, mga mapagmura, o ang mga manggagantso ay hindi magmamana ng kaharian ng Diyos,"* at sa 1 Mga Taga-Corinto 3:16-17, *"Hindi ba ninyo nalalaman na kayo ay templo ng Diyos, at ang Espiritu ng Diyos ay naninirahan sa inyo? Kung ang sinuman ay magtangkang gumiba sa templo ng Diyos, ang taong ito'y gigibain ng Diyos, sapagkat ang templo ng Diyos ay banal, at ang templong ito ay kayo."*

Tulad ng isinaad sa mga talata sa itaas, kailangan mong matanto na ang mga masasamang gumagawa ng kasalanan ay hindi magmamana ng kaharian ng Diyos – ang mga gumagawa ng makalamang gawain ay hindi maliligtas. Manatiling gising upang hindi mahulog sa tukso ng mga nagtuturong maliligtas kayo sa pagsisimba lang. Sa pangalan ng Panginoon, nakikiusap akong huwag kayong mahulog sa tukso sa pamamagitan ng masusing pag-aaral ng salita ng Diyos.

2) Ang Espiritu at ang Pagnanais ng Espiritu.

Ang tao ay mayroong espiritu, kaluluwa at katawan; ang katawan natin ay mamamatay. Nasa katawan natin ang espiritu at kaluluwa. Ang espiritu at kaluluwa ay hindi namamatay at ang mga ito ang nagpapatakbo ng ating isipan at nagbibigay sa atin ng buhay.

Ang espiritu ay may dalawang kategorya: Ang espiritung pag-aari ng Diyos at ang espiritung hindi pag-aari ng Diyos. Kaya isinasaad sa 1 Juan 4:1, *"Mga minamahal, huwag ninyong paniwalaan ang bawat espiritu, kundi inyong subukin ang mga espiritu, kung sila'y sa Diyos, sapagkat maraming lumitaw na mga bulaang propeta sa sanlibutan."*

Ang Espiritu ng Diyos ay tumutulong sa atin upang ipahayag na si Jesu-Cristo ay nagkatawang tao, at ginagabayan tayong malaman ang mga bagay na malayang ibinigay sa atin ng Diyos (1 Juan 4:2; 1 Taga-Corinto 2:12).

Sinabi ni Jesus sa Juan 3:6, *"Ang ipinanganak ng laman ay laman at ang ipinanganak ng Espiritu ay espiritu."* Kung tatanggapin natin si Jesu-Cristo at tatanggapin ang Banal na Espiritu, ang Banal na Espiritu ay papasok sa ating puso, palalakasin tayo upang maunawaan ang salita ng Diyos, tutulungan tayong mamuhay ayon sa salita ng katotohanan, at gagabayan tayo upang maging mga espirituwal na tao. Kapag ang Banal na Espiritu ay pumasok sa ating puso, muli Niyang binubuhay ang patay na espiritu natin, kaya sinasabing muli tayong nabubuhay sa Espiritu at napapabanal sa pamamagitan ng paglilinis ng puso.

Sinabi ng ating Panginoong Jesus sa Juan 4:24, *"Ang Diyos ay espiritu, at ang mga sumasamba sa Kanya ay kailangang sumamba sa espiritu at katotohanan."* Ang Espiritu ay nasa ika-4 na dimensyon ng mundo, kaya ang Diyos na Espiritu ay hindi lang nakikita ang puso ng bawat isa sa atin kundi nalalaman Niya ang lahat ng tungkol sa atin.

Sa Juan 6:63, *"Ang Espiritu ang nagbibigay-buhay, ang laman ay walang anumang pakinabang. Ang mga salitang sinabi Ko sa inyo ay espiritu at buhay,"* ipinapaliwanag ni Jesus na binibigyan tayo ng buhay ng Banal na Espiritu at ang salita ng Diyos ay espiritu.

At sa Juan 14:16-17, *"At hihingin Ko sa Ama, at kayo'y bibigyan Niya ng isa pang Mang-aaliw, upang makasama ninyo Siya magpakailanman. Ito ang Espiritu ng katotohanan na hindi kayang tanggapin ng sanlibutan; sapagkat Siya'y hindi nito nakikita o nakikilala man. Siya'y nakikilala ninyo, sapagkat Siya'y nananatiling kasama ninyo at Siya ay mapapasa inyo."* Kung tatanggapin natin ang Banal na Espiritu at tayo ay magiging anak ng Diyos, gagabayan tayo ng Banal na Espiritu sa katotohanan.

Nananahan sa atin ang Banal na Espiritu pagkatapos nating tanggapin ang Panginoon, at ipanganak tayo sa espiritu. Ginagabayan tayo sa katotohanan at tinutulungan tayong matanto ang lahat ng kasamaan, para pagsisihan natin at talikuran. Kapag lumalakad tayo laban sa katotohanan, dumadaing ang Banal na Espiritu, pinapalungkot tayo, inuudyukan tayong matanto ang mga kasalanan natin at pinapabanal tayo.

Higit pa riyan, ang Banal na Espiritu ay tinawag na Espiritu ng Diyos (1 Taga-Corinto 12:3) at Espiritu ng Panginoon (Ang Mga Gawa 5:9; 8:39). Ang Espiritu ng Diyos ang walang hanggang Katotohanan at ito rin ang nagbibigay-buhay na espiritu at nag-aakay sa atin sa buhay na walang hanggan.

Sa kabilang banda, ang espiritu na wala sa Diyos kundi laban sa Espiritu ng Diyos ay hindi nagpapahayag na nagkatawang-tao si Jesus, tinatawag itong 'espiritu ng sanlibutan' (1 Taga-Corinto 2:12), 'espiritu ng anti-Cristo' (1 Juan 4:3), 'mandarayang espiritu' (1 Kay Timoteo 4:1), at 'karumaldumal na espiritu' (Apocalipsis 16:13). Lahat ng espiritung ito ay nagmumula sa demonyo. Hindi sila nagmumula sa Espiritu ng katotohanan. Ang mga espiritu ng kasinungalingan ay hindi nagbibigay-buhay kundi nagbubulid sa mga tao sa pagkawasak.

Ang Banal na Espiritu ay ang perpektong Espiritu ng Diyos, kaya tinatanggap natin si Jesu-Cristo at nagiging mga anak tayo ng Diyos. Tinatanggap natin ang Banal na Espiritu, at ang Banal na Espiritu ang nagsisilang ng espiritu at katuwiran sa atin, nagpapalakas upang mamunga ng bunga ng Banal na Espiritu, katuwiran at Liwanag. Habang nagiging katulad tayo ng Diyos sa pamamagitan ng pagkilos ng Banal na Espiritu, aakayin Niya tayo, tatawaging mga anak ng Diyos, at tatawagin natin ang

Diyos na "Abba! Ama!" dahil tumanggap tayo ng espiritu ng pagkupkop bilang mga anak (Mga Taga-Roma 8:12-15).

Kaya habang pinapatnubayan tayo ng Banal na Espiritu, nagbubunga tayo ng siyam na bunga ng Banal na Espiritu: pag-ibig, kagalakan, kapayapaan, pagtitiyaga, kagandahang-loob, kabutihan, katapatan, kaamuan, at pagpipigil sa sarili (Galacia 5:22-23). Nagbubunga din tayo ng bunga ng katuwiran, at bunga ng Liwanag na nasa lahat ng mabuti, matuwid at totoo, na sa pamamagitan nito ay makakamit natin ang lubos na kaligtasan (Efeso 5:9).

2. Ang Makalaman Na Saloobin Ay Hahantong Sa Kamatayan Ngunit Ang Espirituwal Na Saloobin Ay Hahantong Sa Buhay At Kapayapaan

Kung sinusunod mo ang laman, palagi mong maiisip ang mga bagay na makalaman. Mamumuhay ka nang ayon sa laman, at magkakasala. At ayon sa salita ng Diyos na nagsasabi, "Ang kabayaran ng kasalanan ay kamatayan," wala kang pupuntahan kundi kamatayan. Kaya tinatanong tayo ng Panginoon, *"Ano ang pakinabang mga kapatid ko, kung sinasabi ng sinuman na siya'y may pananampalataya, ngunit walang mga gawa? Maililigtas ba siya ng kanyang pananampalataya? Kaya't ang pananampalataya na nag-iisa, kung ito ay walang mga gawa ay patay"* (Santiago 2:14, 17).

Kung itutuon mo ang isip mo sa laman, hindi lang ito nagdadala sa iyo para ka magkasala at magkaroon ng problema dito sa daigdig, hindi ka rin magmamana ng kaharian ng langit. Kaya dapat lagi mo itong isaisip at patayin mo ang mga gawa ng laman upang magkaroon ka ng buhay na walang hanggan (Roma 8:13).

Kabaliktaran nito, kung sinusunod mo ang Espiritu, maitutuon mo ang isip mo sa Espiritu at pagsisikapan mong mamuhay sa katotohanan. Tutulungan ka ng Banal na Espiritu na lumaban sa kaaway na demonyo at kay Satanas. Tutulungan kang iwaksi ang mga kasinungalingan, lumakad sa katotohanan, at ikaw ay mapapabanal.

Halimbawang may sumampal sa iyo nang walang dahilan, maaaring magalit ka. Ngunit maitataboy mo ang makalamang saloobin at masusunod kung ano ang espirituwal n gagawin kapag aalalahanin mo ang pagkapako ni Jesus sa krus. Dahil sinasabi ng salita ng Diyos na iharap ang kabilang pisngi kapag sinampal ang isang pisngi, at magalak sa anumang sitwasyon, makapagpapatawad ka, magiging mapagtiis, at paglilingkuran mo ang kapwa. Bunga nito ay hindi ka na magpoproblema. Sa ganitong paraan ay magkakaroon ka ng kapayapaan sa puso mo. Hanggang hindi ka pa napapabanal, maaari kang magalit sa kanya dahil nasa iyo pa ang kasamaan. Ngunit pagkatapos mong maiwaksi ang lahat ng uri ng kasamaan, magkakaroon ka ng pagmamahal sa kanya kahit nakikita mo ang mga mali niya.

Kaya kung itutuon mo ang isipan mo sa espiritu, mag-aasam ka ng mga bagay na espirituwal at lalakad ka sa salita ng katotohanan. Bilang bunga nito ay magkakaroon ka ng kaligtasan at tunay na buhay, at ang buhay mo ay mapupuspos ng kapayapaan at pagpapala.

3. Ang Makalaman na Pag-iisip Ay Laban Sa Diyos

Ang makalaman na pag-iisip ay pumipigil sa iyo para manalangin sa Diyos, ngunit ang espirituwal na pag-iisip ay umuudyok sa iyo para manalangin sa Kanya. Ang makalaman na pag-iisip ay nagbubunga ng mga galit at pag-aaway, samantalang ang espirituwal naman ay nag-aakay sa pag-ibig at kapayapaan. Gayundin, ang makalaman ay laban sa katotohanan, at ito mismo ay kalooban at saloobin ng kaaway na demonyo. Kaya kung patuloy kang sumusunod sa makalaman na pag-iisip, lalawak ang hadlang laban sa Diyos, at ito ay magiging sagabal sa kalooban ng Diyos sa buhay mo.

Walang dalang kapayapaan ang makalaman na pag-iisip kundi mga alalahanin, pag-aagam-agam, at problema. Sa isang salita, ito ay walang katuturan at walang dalang pakinabang. Ang ating Diyos Ama ay makapangyarihan sa lahat at nakakaalam ng lahat, at bilang Manlilikha, Siya ang Mananakop sa langit at lupa at sa lahat ng nakapaloob dito, pati na sa ating mga espiritu at katawan. Ano ang hindi Niya maaaring ibigay sa ating mga minamahal Niyang anak? Kung ang ama mo ay presidente ng isang malaking kumpanya, hindi ka mag-aalala tungkol sa pera, at kung ang ama mo ay dalubhasang doktor, siguradong mayroon kang maayos na kalusugan.

Tulad ng sinabi ni Jesus sa Marcos 9:23, *"Sinabi sa kanya ni Jesus, 'Kung kaya mo! Ang lahat ng bagay ay maaaring mangyari sa kanya na nananampalataya,'"* ang espirituwal na pag-iisip ay nagdudulot ng pananampalataya at kapayapaan sa iyo. Ang makalamang pag-iisip ay humahadlang sa iyo sa pagganap ng kalooban at mga gawa ng Diyos dahil sa ibinibigay sa iyong mga alalahanin, agam-agam at problema. Isinasaad ng Mga Taga-Roma 8:7 tungkol sa makalaman na pag-iisip, *"Sapagkat ang kaisipan ng laman ay pagkapoot laban sa Diyos; sapagkat hindi ito napapasakop sa kautusan ng Diyos, ni hindi nga maaari."*

Tayo ay mga anak ng Diyos na naglilingkod sa Kanya at tinatawag natin Siyang "Ama." Kung wala kang kagalakan, walang pag-asa, at nag-aalala, patunay itong sumusunod ka pa rin sa makalamang pag-iisip mo na udyok ng kaaway na demonyo at ni Satanas sa halip na espirituwal na saloobin na ibinibigay ng Diyos. Kaya dapat kang magsisi kaagad, talikuran ito at mag-isip ng espirituwal na bagay. Magpapasakop lang tayo sa Diyos at susunod sa Kanya kung mayroon tayong espirituwal na pag-iisip.

4. Ang Mga Nasa Makalaman Ay Hindi Makalulugod Sa Diyos

Ang mga taong nakatuon ang isip sa laman ay laban sa Diyos at hindi nagpapasakop sa batas ng Diyos. Hindi sila sumusunod sa Diyos at nakakapagbigay lugod sa Kanya kaya sa bandang huli ay dumaranas ng mga pagsubok at problema.

Dahil si Abraham na ama ng pananampalataya ay nagsikap na magkaroon ng espirituwal na pag-iisip, nakuha niyang sumunod sa utos ng Diyos nang ialay niya ang kanyang nag-iisang anak na si Isaac bilang haing buhay. Kabaliktaran naman ang kay Haring Saul na sumunod sa makalamang pag-iisip, siya ay tinalikuran sa bandang huli. Si Jonas ay inihagis ng malakas na bagyo at nilulon ng napakalaking isda. Ang mga Israelita ay nagdusa ng apatnapung taon ng kahirapan sa ilang pagkatapos nilang makalabas sa Ehipto.

Kapag sumusunod ka sa espirituwal na pag-iisip at nagpapamalas ng mga gawa ng pananampalataya, ibibigay sa iyo ang mga naisin ng puso mo, gaya ng ipinangako sa Mga Awit 37:4-6, *"Sa PANGINOON ay magpakaligaya, at ang mga nasa ng iyong puso sa iyo'y ibibigay Niya. Ipagkatiwala mo ang iyong lakad sa PANGINOON; magtiwala ka sa Kanya, at Siya'y gagawa. Ang iyong pagiging walang-sala ay pakikinangin Niyang gaya ng liwanag, at ang iyong pagiging matuwid na gaya ng katanghaliang-tapat."*

Ang sinumang sumasampalataya sa Diyos ay kailangang

iwaksi ang lahat ng pagsuway na dala ng mga gawa ng kaaway na demonyo, sumunod sa mga utos ng Diyos, at gawin ang mga bagay na nakalulugod sa Kanya. Sa gayon, magiging espirituwal siya at tatanggapin ang anumang hilingin niya.

5. Papaano Tayo Makakasunod Sa Mga Gawa Ng Espiritu?

Si Jesus na Anak ng Diyos ay bumaba sa lupa at naging isang butil ng trigo para sa mga makasalanan at namatay para sa kanila. Siya ang nagbigay daan sa kaligtasan para sa sinumang tatanggap sa Kanya para maging anak ng Diyos, at Siya'y nag-ani ng di mabilang na mga bunga. Hinanap lang Niya ang mga bagay na espirituwal at sumunod sa kalooban ng Diyos; binuhay Niya ang mga patay, pinagaling ang lahat ng uri ng karamdaman at pinalawak ang kaharian ng Diyos.

Ano ang dapat mong gawin para ka maging katulad ni Jesus at kaluguran ng Diyos?

Una sa lahat, dapat kang mamuhay sa tulong ng Banal na Espiritu sa pamamagitan ng pananalangin.
Kung hindi ka mananalangin, mapapasailalim ka sa mga gawa ni Satanas at mamumuhay ayon sa makalamang pag-iisip. Subalit kapag patuloy kang mananalangin, tatanggapin mo ang mga gawa ng Banal na Espiritu sa buhay mo, sasang-ayon kung

ano ang makatuwiran, lalaban sa kasalanan, makakalaya sa paghatol, susunod sa nais ng Banal na Espiritu at magiging makatuwiran sa mata ng Diyos. Kahit ang anak ng Diyos na si Jesus ay nakagawa ng mga gawa ng Diyos sa pamamagitan ng pananalangin. Dahil kalooban ng Diyos ang patuloy na pananalangin, kapag di ka tumitigil sa pananalangin, tanging masusunod mo lang ay mga espirituwal na saloobin at malulugod mo ang Diyos.

Ikalawa, kailangan mong gumawa ng mga espirituwal na mga gawa kahit ayaw mo. Ang pananampalatayang walang mga gawa ay pananampalataya sa isip lamang. Ito'y patay na pananampalataya. Kapag alam mo ang dapat mong gawin ngunit hindi mo ginawa, ito ay kasalanan. Kaya kung nais mong sundin ang kalooban ng Diyos at maging malugod Siya, kailangan mong ipakita ang mga gawa ng pananampalataya.

Ikatlo, dapat kang magsisi at tumanggap ng kapangyarihan mula sa itaas upang ikaw ay magkaroon ng pananampalatayang may kaakibat na mga pagkilos. Dahil ang kaisipan ng laman ay laban sa Diyos, hindi nakalulugod sa Kanya, at naglalagay ng pader ng kasalanan sa pagitan mo at ng Diyos, dapat mong pagsisihan at iwaksi ang mga ito. Ang pagsisisi ay palaging kailangang gawin para sa isang mabuting buhay Cristiano, pero para maiwaksi ang mga ito dapat mong sugatan ang puso mo at magsisi.

Kung nagagawa mo ang mga bagay na alam mong hindi mo dapat ginagawa, hindi mapapalagay ang puso mo. Kapag pinagsisihan mo ito na may pagluha habang nananalangin, mawawala ang mga pag-aalala at pag-aagam-agam mo. Ikaw ay sisiglang muli, makakasundo mo ang Diyos, mababalik ang kapayapaan, at doon mo lang tatanggapin ang mga naisin ng puso mo. Kapag nagpatuloy ka sa pananalangin upang mawala lahat ng uri ng kasamaan, magsisisi kang sinusugatan ang puso mo. Ang mga makasalanang ugali mo ay susunugin ng apoy ng Banal na Espiritu, at magigiba ang mga pader ng kasalanan. Sa gayon, makakapamuhay ka na sa mga gawa ng Espiritu at malulugod mo na ang Diyos.

Kung nabibigatan ka sa puso mo pagkatapos mong tanggapin ang Banal na Espiritu sa pamamagitan ng pananampalataya kay Jesu-Cristo, dahil nakita mong laban ka sa Diyos sa makalamang pag-iisip mo. Kaya dapat mong wasakin ang mga pader ng kasalanan sa pamamagitan ng mataimtim na pananalangin, at sundin ang nais ng Banal na Espiritu at gawin ang mga gawa ng Espiritu sang-ayon sa espirituwal na pag-iisip. Bilang bunga, kapayapaan at kagalakan ang mapapasapuso mo, mga kasagutan sa pananalangin ay dadating sa iyo at ang mga naisin ng puso mo ay magaganap.

Tulad ng sinabi ni Jesus sa Marcos 9:23, *"'Kung kaya mo!' Ang lahat ng bagay ay maaaring mangyari sa kanya na nananampalataya."* Nawa'y bawat isa sa inyo ay magwaksi ng makalaman na pag-iisip na laban sa Diyos at lumakad sa pananampalataya sang-ayon sa mga gawa ng Banal na Espiritu upang malugod ang Diyos, at gawin mo nawa ang walang hangganang mga gawa Niya, palawakin mo ang Kanyang kaharian sa pangalan ng Panginoong Jesu-Cristo, ako'y nananalangin!

Kabanata 3

Gibain ang Lahat ng Uri ng Pangangatuwiran at Teorya

"Sapagkat bagaman kami ay lumalakad sa laman,
ay hindi kami nakikipaglabang ayon sa laman.
Sapagkat ang mga sandata ng aming pakikipaglaban
ay hindi makalaman, kundi maka-Diyos
na may kapangyarihang makagiba ng mga kuta.
Aming ginigiba ang mga pangangatuwiran
at bawat palalong hadlang laban sa karunungan ng Diyos,
at binibihag ang bawat pag-iisip upang sumunod kay Cristo;
na handang parusahan ang bawat pagsuway,
kapag ang inyong pagsunod ay ganap na."

2 Mga Taga-Corinto 10:3-6

Uulitin ko, ang pananampalataya ay nahahati sa dalawang kategorya: espirituwal na pananampalataya at makalaman na pananampalataya. Maaari ring tawaging pananampalataya sa kaalaman o sa isip lang ang makalaman na pananampalataya. Sa simula mong pakinggan ang salita ng Diyos, nagkakaroon ka ng pananampalataya sa isip mo. Iyan ang makalaman na pananampalataya. Ngunit habang nauunawaan at isinasabuhay mo ang salita, nagkakaroon ka ng espirituwal na pananampalataya.

Kung nauunawaan mo ang espirituwal na kahulugan ng salita ng katotohanan ng Diyos at itinatatag mo ang batayan ng pananampalataya sa pagsasabuhay nito, malulugod ang Diyos at bibigyan ka ng espirituwal na pananampalataya. Kaya sa pananampalatayang ito na nagmumula sa Diyos, tatanggap ka ng mga sagot sa panalangin mo at malulutas ang mga problema mo. At makakatagpo mo ang Diyos na buhay.

Sa pamamagitan ng karanasang ito, mawawala ang mga pagdududa mo, ang mga saloobin at haka-haka ay nawawasak, at ikaw ay tatayo sa bato ng pananampalataya na hindi matitinag ng anumang mga pagsubok at mga karamdaman. Kapag ikaw ay nahubog na para maging taong nagsasabi ng katotohanan at makatulad na ni Cristo sa puso mo, ibig sabihin, permanente nang nakatatag ang batayan ng pananampalataya mo. At tatanggapin mo na ang anumang hilingin mo sa pananampalataya.

Sinabi nga ng Panginoong Jesus sa Mateo 8:13, *"Humayo*

ka na; mangyayari para sa iyo ang ayon sa iyong pananampalataya." Kung magkakaroon ka ng lubos o kumpletong espirituwal na pananampalataya, tatanggapin mo kung anuman ang hilingin mo. Makakapamuhay kang niluluwalhati ang Diyos sa lahat ng iyong ginagawa. Mananahan ka sa pag-ibig at katiwasayang nagmumula sa Diyos, at magiging kasiya-siya ka sa Diyos.

Saliksikin naman natin ang ilang bagay na may kinalaman sa tunay na pananampalataya. Ano ba ang mga hadlang sa pagkakaroon ng espirituwal na pananampalataya? Paano ka magkakaroon ng espirituwal na pananampalataya? Anong uri ng mga pagpapala ang tinanggap ng mga ama ng espirituwal na pananampalataya sa Biblia? Tutunghayan din natin kung bakit tinalikuran ang mga taong mayroong makalaman na pananampalataya.

1. Mga Hadlang Sa Pagkakaroon Ng Espirituwal Na Pananampalataya

Sa iyong espirituwal na pananampalataya, maaari kang makipag-usap sa Diyos. Maririnig mo ang maliwanag na tinig ng Banal na Espiritu. Makakatanggap ka ng mga sagot sa iyong mga panalangin at kahilingan. Maluluwalhati mo ang Diyos kapag ikaw ay kumakain o umiinom o kahit anong ginagawa mo. At mamumuhay kang nasa pagtatangi, pagkilala at katiyakan ng

Diyos sa buhay mo.

Bakit nabibigo ang mga taong magkaroon ng espirituwal na pananampalataya? Tingnan natin kung anong mga bagay ang nagiging hadlang sa pagkakaroon ng espirituwal na pananampalataya.

1) Makalaman na Kaisipan.

Isinasaad ng Mga Taga-Roma 8:6-7, *"Sapagkat ang kaisipan ng laman ay kamatayan; subalit ang kaisipan ng Espiritu ay buhay at kapayapaan. Sapagkat ang kaisipan ng laman ay pagkapoot laban sa Diyos; sapagkat hindi ito napapasakop sa kautusan ng Diyos, ni hindi nga maaari."*

Ang isipan ay maaaring hatiin sa dalawang bahagi: ang isa ay likas na makalaman at ang isa ay espirituwal. Ang makalamang isipan ay tumutukoy sa lahat ng uri ng isipang nasa laman, at lahat ng uri ng kasinungalingan. Ang makalamang isipan ay kasalanan dahil hindi nagpapasakop sa kalooban ng Diyos. Pinagmumulan ito ng kamatayan tulad ng sinabi sa Mga Taga-Roma 6:23, *"Sapagkat ang kabayaran ng kasalanan ay kamatayan."* Kabaliktaran nito ang espirituwal na kaisipan na tumutukoy sa katotohanan, at naaayon sa kalooban ng Diyos – katuwiran at kabutihan. Pinagmumulan ito ng buhay at nagdudulot ng kapayapaan sa atin.

Halimbawang magkaroon ka ng pagsubok o problemang hindi mapagtagumpayan ng lakas at abilidad ng tao. Nagdudulot ang makalamang kaisipan ng pag-aalala at pag-aagam-agam. Subalit ang espirituwal na isipan ay gumagabay sa iyo para maiwaksi ang pag-aalala, at para ka magpasalamat at maggalak sa pamamagitan ng salita ng Diyos na nagsasabi, *"Magalak kayong lagi. Manalangin kayong walang patid. Sa lahat ng bagay ay magpasalamat kayo, sapagkat ito ang kalooban ng Diyos kay Cristo Jesus para sa inyo"* (1 Taga-Tesalonica 5:16-18).

Kaya ang espirituwal na kaisipan ay laban sa makalamang kaisipan, dahil sa makalamang kaisipan ay hindi ka maaaring makasunod sa batas ng Diyos. Kaya ito ay laban sa Diyos at pumipigil sa ating magkaroon ng espirituwal na pananampalataya.

2) Mga Gawa/Gawain ng Laman.

Ang mga gawa/gawain ng laman ay tumutukoy sa lahat ng mga kasalanan at kasamaang naibubunyag sa pamamagitan ng kilos, tulad ng sinasabi sa Galacia 5:19-21, *"Ngayon ay hayag ang mga gawa ng laman, ang mga ito ay pakikiapid, karumihan, kahalayan, pagsamba sa diyus-diyosan, pangkukulam, alitan, pagtatalo, paninibugho, pagkagalit, pagkamakasarili, pagkakabaha-bahagi, mga pagkakampi-kampi, pagkainggit, paglalasing, kalayawan, at ang mga katulad nito. Binabalaan ko kayo, gaya ng aking pagbabala noong una sa inyo, na ang mga gumagawa ng gayong mga bagay ay hindi magmamana ng kaharian ng Diyos."*

Kung hindi mo iwawaksi ang mga gawa ng laman, hindi

mo makakamtan ang espirituwal na pananampalataya ni mamanahin ang kaharian ng Diyos. Kaya ang mga gawain ng laman ay pipigil sa iyo para makamtan ang espirituwal na pananampalataya.

3) Lahat Ng Uri Ng Teorya.

Ang kahulugan ng "Theory" o Teorya sa *The Webster's Revised Unabridged Dictionary* ay ito: "Isang doktrina o pamamaraan na nagtatapos sa haka-haka o pag-iisip nang walang nakikitang resulta; pala-palagay; espikulasyon." O kaya "Isang pag-aaral o pagpapaliwanag ng pangkalahatan o mahirap unawaing prinsipyo ng siyensya." Ang ideyang ito ng teorya ay isang maliit na bahagi ng kaalaman na sumusuporta sa paglikha ng isang bagay mula sa isang bagay, ngunit wala itong maitutulong sa pagkakaroon natin ng espirituwal na pananampalataya. Pinipigilan pa nga nito ang pagkakamit natin ng espirituwal na pananampalataya.

Pag-isipan natin ang dalawang teorya: ang paglikha at ang ebolusyon ni Darwin. Karamihan sa mga tao ay natutunan sa eskwelahan na ang sangkatauhan ay nagmula sa unggoy. Kabaliktaran naman ang sinasabi sa atin ng Biblia, na nilikha ng Diyos ang tao. Kung naniniwala ka sa makapangyarihang Diyos, dapat mong piliin at sundin na ang paglikha ay gawa ng Diyos kahit na naituro sa iyo ang teorya ng ebolusyon.

Kung tatalikod ka sa teorya ng ebolusyon na itinuro sa eskwelahan at haharap sa paglikha ng Diyos, doon mo lang makakamit ang espirituwal na pananampalataya. Kung hindi, lahat ng teorya ay pipigil sa iyo para makamtan ang espirituwal na pananampalataya dahil imposibleng maniwala ka na maaaring lumikha ng isang bagay mula sa wala. Halimbawa, sa kabila ng pagsulong ng siyensya, hindi pa rin nakakalikha ang tao ng binhi ng buhay, ng "sperm" at "egg." Kaya paano magiging posible na paniwalaan na ang isang bagay ay maaaring malikha mula sa wala kung hindi ito nakapaloob sa aspeto ng espirituwal na pananampalataya?

Kung gayon, dapat nating pasinungalingan ang mga argumento at teoryang ito, at ang lahat ng mga palalong bagay na laban sa tunay na karunungan ng Diyos, at bihagin ang bawat pag-iisip upang sumunod kay Cristo.

2. Sinusunod Ni Saul Ang Makalaman Na Pag-iisip At Sumusuway

Si Saul ang unang hari sa kaharian ng Israel, ngunit hindi siya namuhay nang naaayon sa kalooban ng Diyos. Naging hari siya sa kagustuhan ng mga tao. Inutusan siya ng Diyos na patayin ang Amalek at sirain lahat-lahat ng pag-aari nito at patayin ang lahat ng lalaki at babae, mga bata at mga sanggol, mga baka at tupa, camelyo at asno, walang ititira kahit isa. Natalo ni Haring Saul ang mga Amalekita at naging matagumpay. Ngunit hindi niya sinunod ang buong utos ng Diyos, sa halip ay itinira ang pinakamahusay na tupa at baka.

Kumilos si Saul ayon sa makalamang pag-iisip, at itinira si Agag at ang pinakamabubuting mga tupa, mga baka, mga pinataba, mga kordero at lahat ng mahalaga, sa kagustuhang ialay ang mga ito sa Diyos. Hindi nila pinuksa ang lahat ng ito. Ito ay pagsuway at pagmamayabang sa harapan ng Diyos. Nalungkot ang Diyos at nagsisi dahil sa maling ginawa ni Saul. Sa pamamagitan ng propetang Samuel, inudyukan siyang magsisi at magbalik-loob. Ngunit nagdahilan si haring Saul at ipinilit ang kanyang katuwiran (1 Samuel 15:2-21).

Sa panahon ngayon, maraming mananampalataya ang kumikilos katulad ni Saul. Hindi nila naiisip ang hayagang pagsuway nila, at hindi sila umaamin kung sila ay napagsasabihan. Sa halip, nagdadahilan sila at ipinipilit ang sariling pamamaraan na ayon sa makalaman na pag-iisip. Sa huli, matatagpuan silang mga mapagsuway na umaayon sa laman katulad ni Saul. Kung may 100 tao ang may 100 ding opinyon, at susunod sila sa makalamang pag-iisip, hinding-hindi sila magkakaisa. Kung kikilos sila ayon sa kanilang iniisip, susuway sila. Ngunit kung kikilos sila ayon sa katotohanan ng Diyos, magkakasundo sila at magkakaisa.

Isinugo ng Diyos ang propetang si Samuel kay Saul. Hindi sinunod ni Saul ang Kanyang utos kaya sinabi ng propeta kay Saul, *"Sapagkat ang paghihimagsik ay gaya ng kasalanan ng pangkukulam, at ang katigasan ng ulo ay gaya ng katampalasanan at pagsamba sa mga diyus-diyosan. Sapagkat itinakuwil mo ang salita ng Panginoon, itinakuwil ka rin Niya sa pagiging hari"* (1 Samuel 15:23).

Gayon din, kung umaasa lang sa pag-iisip ng tao at hindi sinusunod ang kalooban ng Diyos, pagsuway ito sa Diyos, at kung hindi niya matanto ang kanyang pagsuway o hindi niya ito tinatalikuran, wala siyang magagawa kundi pabayaan siya ng Diyos tulad ni Saul.

Sa 1 Samuel 15:22, pinagsabihan ni Samuel si Saul, *"Ang PANGINOON kaya ay may malaking kasiyahan sa mga handog na sinunog at sa mga alay, gaya ng pagsunod sa tinig ng PANGINOON?Tiyak, ang pagsunod ay mas mabuti kaysa alay, at ang pakikinig kaysa taba ng mga tupang lalaki."* Kahit gaano pa katama sa palagay mo ang iyong iniisip, kung ito ay laban sa salita ng Diyos, pagsisihan mo ito at talikuran kaagad. At dagdag pa dito, kailangang iayon mo ang mga iniisip mo sa kalooban ng Diyos.

3. Mga Ama Ng Pananampalataya Na Sumunod Sa Salita Ng Diyos

Si David ang ikalawang hari ng Israel. Hindi siya sumunod sa sarili niyang iniisip simula sa pagkabata, lumakad siyang may pananalig sa Diyos. Hindi siya natakot sa mga oso at mga tigre noong nagpapastol siya ng kawan ng tupa, at may mga panahong nakipagbuno siya sa mga leon at oso nang buong pananalig upang protektahan ang kawan. Hindi nagtagal, sa kanyang pananampalataya, natalo niya si Goliath, ang kampeon ng mga Filisteo.

May isang insidenteng sumuway si David sa salita ng Diyos nang siya'y maging hari. Nang siya ay mapagsabihan ng propeta, hindi man lang siya nagdahilan kundi nagsisi siya at tumalikod sa kasalanan at sa bandang huli ay lalo pa siyang napabanal. Kaya may malaking pagkakaiba sa pagitan ni Saul, na isang taong may makalaman na pag-iisip, at ni David, isang espirituwal na tao (2 Samuel 12:13).

Habang nagpapastol ng kawan sa disyerto sa loob ng 40 taon, binuwag ni Moises ang lahat ng uri ng pag-iisip at teorya. Naging mapagkumbaba siya sa harapan ng Diyos hanggang sa naging handa na siyang tawagin ng Diyos para manguna sa mga Israelita sa paglabas sa Ehipto mula sa pagkaalipin.

Sa kanyang pag-iisip bilang tao, tinawag na "kapatid" ni Abraham ang kanyang asawa. Pagkatapos niyang maging espirituwal na tao sa pamamagitan ng mga pagsubok, nagawa na niyang sumunod sa utos ng Diyos na ialay ang kaisa-isang anak na si Isaac bilang handog na susunugin. Kung umasa lang siya sa makalaman na pag-iisip, hindi niya magagawang sumunod sa utos na iyon. Si Isaac lamang ang naging anak niya sa kanyang katandaan, at ito rin ang binhi ng pangako ng Diyos. Kaya sa pag-iisip ng isang tao, tila hindi tama at imposibleng pagpirapirasuhin si Isaac tulad ng isang hayop at ihandog ito bilang handog na susunugin. Hindi man lang nagreklamo si Abraham kundi naniwalang bubuhayin ito ng Diyos mula sa kamatayan at siya ay sumunod (Sa Mga Hebreo 11:19).

Si Naaman na pinuno ng hukbo ng hari ng Aram, ay respetado at pinapaboran ng hari ngunit nagkaroon ng ketong at pumunta kay propeta Eliseo upang mapagaling. Kahit na nagdala siya ng mga regalo upang makaranas ng pagpapagaling ng Diyos, hindi siya pinatuloy ni Eliseo. Sa halip ay inutusan niya ang kanyang alipin para sabihin kay Naaman, *"Humayo ka at maligo sa Jordan ng pitong ulit. Ang iyong laman ay manunumbalik at ikaw ay magiging malinis"* (2 Mga Hari 5:10). Dahil sa makalaman niyang isipan, ipinalagay ni Naaman na kabastusan at nakakainsulto ito. At siya ay nagalit.

Ngunit iwinaksi rin niya ang iniisip at sumunod sa utos at payong ibinigay ng alipin. Inilubog niya ang sarili sa Ilog ng Jordan ng pitong beses, gumaling ang kanyang balat at naging malinis siya.

Isinisimbolo ng tubig ang salita ng Diyos, at ang isinisimbolo ng numerong '7' ay kaganapan o pagiging perpekto. Kaya ang paglubog ng 7 beses sa Ilog ng Jordan ay "pagiging ganap na banal sa salita ng Diyos." Kapag ikaw ay napabanal, matatanggap mo ang solusyon sa kahit na anong problema. Kaya nang sumunod si Naaman sa salita ng Diyos na propesiya ni propetang Eliseo, ang kamangha-manghang pagkilos ng Diyos ay naganap (2 Mga

Hari 5:1-14).

4. Sa Sandaling Iwaksi Mo Ang Kaisipan ng Laman At Teorya, Maaari Ka Nang Sumunod

Si Jacob ay maparaan at lahat ng uri ng mga pag-iisip ay nasa kanya, kaya pinagsikapang sundin ang sariling kalooban sa iba't ibang pamamaraan. Bunga nito ay pagdurusa niya sa loob ng 20 taon. Sa wakas, nagkaroon siya ng malaking problema sa may Ilog ng Jabbok. Hindi siya makabalik sa bahay ng kanyang tiyo dahil sa kasunduan niya dito. Ni hindi siya makapunta sa kabilang pampang ng ilog dahil inaabangan siya ng kanyang kuya, si Esau, para siya patayin. Sa desperadong sitwasyong ito, ang pagmamatuwid at ang makalamang pag-iisip ay nasirang lahat. Kumilos ang Diyos sa puso ni Esau at ipinagkasundo Niya ito sa kapatid. Sa ganitong paraan, binuksan ng Diyos ang daan patungo sa buhay upang matupad ni Jacob ang kalooban ng Diyos (Genesis 33:1-4).

Sinasabi ng Diyos sa Mga Taga-Roma 8:5-7, *"Sapagkat ang mga ayon sa laman ay nagtutuon ng kanilang isipan sa mga bagay ng laman; subalit ang mga ayon sa Espiritu ay sa mga bagay ng Espiritu. Sapagkat ang kaisipan ng laman ay kamatayan; subalit ang kaisipan ng Espiritu ay buhay at kapayapaan. Sapagkat ang kaisipan ng laman ay pagkapoot laban sa Diyos; sapagkat hindi ito napapasakop sa kautusan ng Diyos, ni hindi nga maaari."* Kaya dapat nating buwagin ang bawat opinyon, bawat teorya, at bawat isipang salungat sa karunungan ng Diyos. Dapat nating bihagin ang bawat isipan sa pagsunod kay Cristo para mabigyan tayo ng espirituwal na pananampalataya at makapagpakita ng mga gawa ng pagsunod.

Nagbigay si Jesus ng bagong utos sa Mateo 5:39-42 na nagsasabi, *"Ngunit sinasabi Ko sa inyo, 'Huwag ninyong labanan ang masamang tao.' At kung ikaw ay sampalin ng sinuman sa kanang pisngi, iharap mo rin sa kanya ang kabila. Kung ipagsakdal ka ng sinuman, at kunin ang iyong baro, ibigay mo rin sa kanya ang iyong balabal. Kung may sinumang pumilit sa iyo na lumakad ka ng isang milya, lumakad ka ng dalawang milya na kasama niya. Bigyan mo ang humihingi sa iyo, at huwag mong pagkaitan ang ibig humiram mula sa iyo."* Sa isipan ng tao, hindi mo kayang sundin ang utos na ito dahil hindi ito makatuwiran. Ngunit kung bubuwagin mo ang makalamang pag-iisip, masusunod mo na ito ng may kagalakan, at kikilos ang Diyos upang lahat ay maganap para sa kabutihan mo sa pamamagitan ng pagsunod mo.

Kahit gaano ka pa magpahayag ng iyong pananalig sa pamamagitan ng bibig mo, kung ang mga iniisip at mga teorya mo ay nandiyan pa rin, hindi ka makakasunod o makakaranas ng pagkilos ng Diyos o magagabayan patungong kasaganahan at tagumpay.

Inuudyukan kitang ilagay sa iyong isipan ang salita ng

Diyos na nakasulat sa Isaias 55:8-9, *"Sapagkat ang Aking mga pag-iisip ay hindi ninyo mga pag-iisip, ni ang inyong mga pamamaraan ay Aking mga pamamaraan, sabi ng PANGINOON. Sapagkat kung paanong ang langit ay higit na mataas kaysa lupa, gayon ang Aking mga pamamaraan ay higit na mataas kaysa inyong mga pamamaraan, at ang Aking mga pag-iisip kaysa inyong mga pag-iisip."*

Iwasan mo ang pagkakaroon ng makalaman na pag-iisip at teorya at sa halip ay magkaroon ng espirituwal na pananampalataya katulad ng isang senturion na pinapurihan ni Jesus dahil sa kanyang lubos na pananalig sa Diyos. Nang lumapit ang senturion kay Jesus at hiniling na pagalingin ang kanyang alipin na nahihirapan dahil sa pagiging lumpo, ipinahayag niya ang pananampalataya niyang gagaling ito sa pamamagitan ng salita ni Jesus. Tinanggap niya ang kasagutan tulad ng kanyang pinaniwalaan. Gayundin, kung nasa iyo ang espirituwal na pananampalatayang ito, matatanggap mo ang mga sagot sa iyong mga dalangin at kahilingan at lubos na luluwalhatiin ang Diyos.

Ang salita ng katotohanan ng Diyos ay nakakapagpabago ng espiritu ng sangkatauhan at nagkakaroon ng pananampalatayang may kasamang mga pagkilos. Maaari mong tanggapin ang mga kasagutan ng Diyos sa ganitong buhay at espirituwal na pananampalataya. Nawa'y buwagin ng bawat isa sa inyo ang makalaman na pag-iisip at teorya at magkaroon kayo ng espirituwal na pananampalataya upang tumanggap kayo ng kahit na anong hilingin ninyo sa pananampalataya at maluwalhati ninyo ang Diyos.

Kabanata 4

Maghasik ng Binhi ng Pananampalataya

"Ang tinuturuan ng salita ay dapat magbahagi
sa nagtuturo ng lahat ng mga bagay na mabuti.
Huwag kayong padaya; ang Diyos ay hindi maaaring lokohin,
sapagkat ang anumang ihasik ng tao, ay siya rin niyang aanihin.
Sapagkat ang naghahasik para sa kanyang sariling laman
ay mula sa laman mag-aani ng kasiraan;
subalit ang naghahasik sa Espiritu,
mula sa Espiritu ay mag-aani ng buhay na walang hanggan.
At huwag tayong manghinawa sa paggawa ng mabuti,
sapagkat sa takdang panahon ay mag-aani tayo,
kung hindi tayo manlulupaypay.
Kaya't habang may pagkakataon,
gumawa tayo ng mabuti sa lahat,
lalung-lalo na sa mga kabilang sa sambahayan
ng pananampalataya."

Galacia 6:6-10

Ipinangako ni Jesus sa Marcos 9:23, *"Kung kaya mo! Ang lahat ng bagay ay maaaring mangyari sa kanya na nananampalataya."* Kaya nang lumapit sa Kanya ang senturion at nagpamalas ng dakilang pananampalataya, sinabi ni Jesus sa kanya, *"Humayo ka na; mangyayari para sa iyo ang ayon sa iyong pananampalataya"* (Mateo 8:13), at gumaling ang alipin noong sandaling iyon.

Ito ang espirituwal na pananampalataya – nagagawa nating maniwala sa hindi natin nakikita. At ito rin ang pananampalatayang may kasamang mga gawa – naipapamalas natin ang pananampalatayang may kasamang mga gawa. Ito ang pananampalatayang naniniwala na maaaring makalikha ng isang bagay mula sa wala. Kaya ito ang kahulugan ng pananampalataya sa Sa Mga Hebreo 11:1-3: *"Ngayon, ang pananampalataya ay ang katiyakan sa mga bagay na inaasahan, ang paninindigan sa mga bagay na hindi nakikita. Tunay na sa pamamagitan nito ang mga tao noong una ay tumanggap ng patotoo. Sa pananampalataya ay nauunawaan natin na ang mga sanlibutan ay nilikha sa pamamagitan ng salita ng Diyos, anupa't ang mga bagay na nakikita ay nagmula sa mga bagay na hindi nakikita."*

Kung mayroon kang espirituwal na pananampalataya, malulugod ang Diyos sa iyo at hahayaan Niyang tumanggap ka ng kahit anong hilingin mo. Ano ang kailangan nating gawin upang magkaroon ng espirituwal na pananampalataya?

Katulad ng isang magsasaka na naghahasik ng mga binhi sa tagsibol at umaani ng mga bunga sa taglagas, dapat tayong maghasik ng binhi ng pananampalataya para magkaroon tayo ng bunga ng espirituwal na pananampalataya.

Tingnan natin ngayon kung paano maghasik ng binhi ng pananampalataya sa pamamagitan ng mga talinghaga ng paghahasik ng binhi at pag-aani ng mga bunga nito sa bukid o lupa. Nakipag-usap si Jesus sa pulutong sa pamamagitan ng mga talinghaga, at hindi Siya nakipag-usap sa kanila nang hindi gumagamit ng talinghaga (Mateo 13:34). Dahil ang Diyos ay Espiritu, at tayong naninirahan sa pisikal na mundo bilang mga tao ay hindi makakaunawa sa espirituwal na kaharian ng Diyos. Kapag naturuan lang tayo tungkol sa espirituwal na kaharian sa pamamagitan ng mga talinghaga ng pisikal na mundo, doon lang natin mauunawaan ang tunay na kalooban ng Diyos. Kaya ipapaliwanag ko sa inyo kung paano maghasik ng binhi ng pananampalataya at magkaroon ng espirituwal na pananampalataya sa ilang talinghaga sa pagsasaka sa bukid o lupa.

1. Paghahasik Ng Binhi Ng Pananampalataya

1) Una sa lahat, dapat mong linisin ang lupa o bukid.

Pinakauna sa lahat, kailangan ng isang magsasaka ng lupa o bukid upang makapaghasik. Upang maihanda ito, dapat na maglagay ng tamang pataba ang magsasaka, bungkalin ang lupa, tanggalin ang mga bato, at durugin sa pamamagitan ng paglilinang kasama na ang pag-aararo, pagsusuyod at pagsasaka. Doon lang tutubo ang mga binhi at magbubunga ng maraming magagandang bunga.

Sa Biblia ay ipinakilala sa atin ni Jesus ang apat na uri ng lupa. Ang lupa ay tumutukoy sa puso ng tao. Ang unang klase o uri ay ang lupa sa gilid ng daan kung saan ang mga binhi ay hindi tumutubo dahil matigas ang lupa. Ang pangalawa ay ang mabatong lupa na halos hindi tumutubo ang binhi dahil sa mga bato. Ang pangatlo ay ang matinik na lupa, tumutubo ang binhi ngunit hindi lumalago at namumunga dahil nasasakal ng tinik. Ang panghuli ay ang matabang lupa kung saan ang binhi ay tumutubo, lumalago, namumulaklak, at namumunga ng magagandang bunga.

Sa ganoon ding paraan, ang lupa ng puso ng tao ay mayroon ding apat na uri: ang una ay ang lupa ng puso sa tabi ng daan – hindi nila nauunawaan ang salita ng Diyos. Ang pangalawa ay ang lupa ng puso na mabato – tinatanggap nila ang salita ng Diyos ngunit nahuhulog kapag may mga pagsubok at pag-uusig. Ang pangatlo ay ang lupa ng pusong matinik – ang mga problema ng mundo at panlilinlang ng kayamanan ay sumasakal sa salita ng Diyos at pinipigilan ang mga nakakarinig na mamunga. Ang panghuli ay ang matabang lupa ng puso – nauunawaan ang salita ng Diyos at namumunga ng magandang bunga. Ngunit kahit ano pa ang lupa ng puso mo, kung pagyayamanin mo ito at lilinisin katulad ng ginagawa ng magsasaka, maaari mong mapabuti ang lupa ng puso mo. Kung matigas ito, bungkalin mo at gawing patag; kung mabato, tanggalan mo ng bato; kung matinik, tanggalan mo ng tinik at lagyan ng 'pataba' upang maging mabuting lupa.

Kung tamad ang magsasaka, hindi niya lilinisin ang lupa para maging mabuti ito. Samantalang ginagawa ng masipag na magsasaka ang pinakamabuti para pagandahin ang lupa. At pag ito ay gumanda, magkakaroon ng mas mabuting mga bunga.

Kung mayroon kang pananampalataya, magsisikap kang gawing mabuti ang puso mo sa pamamagitan ng pagsisikap at pagpapawis. At upang maunawaan mo ang salita ng Diyos, mapabuti ang puso mo, at magbunga ng marami, dapat mong paglabanan ang kasalanan mo at iwaksi ito hanggang sa punto ng pagdanak ng dugo. Kaya sa pagsisikap mong iwaksi ang mga kasalanan at kasamaan mo ayon sa sinasabi ng salita ng Diyos, maaalis mo ang bawat bato sa lupa ng puso mo, matatanggalan mo ng damo at magagawang mabuti ito.

Ang isang magsasaka ay nagsisikap na magsaka dahil naniniwala siyang mag-aani siya ng masaganang ani kung siya ay mag-aararo, susuyurin ang lupa at gagawing mabuti ang lupa. Sa ganoon ding paraan, nais kong maniwala ka na kapag pinagyayaman at pinapalitan mo ng mabuti ang puso mo, mananahan ka sa pag-ibig ng Diyos, magagabayan sa tagumpay at kasaganahan, at papasok sa higit na magandang lugar sa langit. Nais ko ring makipagbuno ka laban sa kasalanan sa punto ng pagdanak ng dugo. Sa gayon, sa puso mo ay maihahasik ang binhi ng espirituwal na pananampalataya at ikaw ay mamumunga ng napakaraming bunga hanggang sa makakaya mo.

2) Kasunod nito, kailangan ang mga binhi.

Pagkatapos linisin ang lupa, dapat mong ihasik ang mga binhi at tulungang umusbong ang mga ito. Ang isang magsasaka ay naghahasik ng iba't ibang binhi at nag-aani ng masaganang bunga katulad ng repolyo, letsugas, kalabasa, sitaw, bataw at iba pa.

Sa ganoon ding paraan, dapat tayong magtanim ng iba't ibang uri ng binhi sa lupa ng ating puso. Sinasabi ng salita ng Diyos na dapat tayong palaging magalak, manalangin ng walang hinto, magpasalamat sa lahat ng bagay, magbigay ng buong ikapu, gawing banal ang Araw ng Panginoon, at magmahal. Kapag ang mga salitang ito ng Diyos ay natanim sa puso mo, uusbong ito, magkakaroon ng buko, lalaki ito at magbubunga ng espirituwal na bunga. Makakapamuhay ka sa salita ng Diyos at magkakaroon ng espirituwal na pananampalataya.

3) Kailangan ang tubig at sikat ng araw.

Upang mag-ani ng masagana ang isang magsasaka, hindi sapat na linisin ang lupa at maghanda ng binhi. Kinakailangan din ang tubig at sikat ng araw. Doon lang uusbong ang binhi at lalago nang maayos.

Ano ang kinakatawan ng tubig?

Sinasabi ni Jesus sa Juan 4:14, *"Ang sinumang umiinom ng tubig na Aking ibibigay ay hindi na mauuhaw magpakailanman. Ang tubig na Aking ibibigay sa kanya ay magiging isang bukal ng tubig tungo sa buhay na walang hanggan."* Ang tubig ay espirituwal na kumakatawan sa "tubig na bumubukal patungo sa espirituwal na buhay," at ang walang hanggang tubig ay ang salita ng Diyos na tulad ng nakatala sa Juan 6:63, *"Ang mga salitang sinabi Ko sa inyo ay espiritu at buhay."* Kaya sinabi ni Jesus sa Juan 6:53-55, *"Katotohanang sinasabi Ko sa inyo, malibang inyong kainin ang laman ng Anak ng Tao at inumin ang Kanyang dugo, wala kayong buhay sa inyong sarili. Ang kumakain ng Aking laman at umiinom ng Aking dugo ay may buhay na walang hanggan, at siya'y muli Kong bubuhayin sa huling araw. Sapagkat ang Aking laman ay tunay na pagkain, at ang Aking dugo ay tunay na inumin."* Samakatwid, kung buong sipag kang nagbabasa, nakikinig, at nagbubulay ng salita ng Diyos at mataimtim na nananalangin, doon ka lang magkakamit ng buhay na walang hanggan at magkakaroon ng espirituwal na pananampalataya.

Kasunod nito, ano naman ang kahulugan ng sikat ng araw?

Ang sikat ng araw ay tumutulong upang ang binhi ay umusbong nang maayos at lumaki nang tama. Ganoon din sa salita ng Diyos, kung pumasok ito sa puso mo, ang salita na siyang liwanag ang nagtataboy sa kadiliman ng puso. Pinadadalisay nito ang puso at ginagawang mabuti ito. Kaya makakamtan mo ang espirituwal na pananampalataya hanggang sa kung saan abutin ng liwanag ng katotohanan ang puso mo.

Sa pamamagitan ng talinghaga ng pagsasaka, natutunan nating dapat linisin ang lupa ng puso, ihanda ang magandang binhi, at bigyan ng sapat na tubig at sikat ng araw habang ang binhi ng pananampalataya ay itinatanim. Sunod dito, tingnan natin kung paano itatanim ang binhi ng pananampalataya at paano aalagaan ito.

2. Paano Maghahasik At Mag-aalaga Ng Binhi Ng Pananampalataya

1) Una sa lahat, dapat ihasik ang binhi ng pananampalataya sang-ayon sa paraan ng Diyos.

Ang magsasaka ay naghahasik ng binhi sang-ayon sa uri nito. Ibinabaon niya nang malalim ang ibang buto habang ang iba ay mababaw lang ang pagbabaon. Gayundin, dapat na iba't ibang paraan ang pagtatanim ng binhi ng pananampalataya sa pamamagitan ng salita ng Diyos. Halimbawa, kapag naghahasik ka ng pananalangin, dapat na regular na iiyak ka ng taos sa puso, nakaluhod tulad ng paliwanag sa salita ng Diyos. Doon mo lang matatanggap ang mga sagot ng Diyos (Lucas 22:39-46).

2) Ikalawa, dapat na maghasik na may pananampalataya.

Katulad ng magsasaka na masipag at masigasig kapag naghahasik ng binhi, dahil naniniwala at umaasa siyang may aanihin siya, kailangan mong maghasik ng binhi ng pananampalataya – ang salita ng Diyos – na may kagalakan at pag-asang hahayaan ka ng Diyos na mag-ani ng masagana. Kaya sa 2 MgaTaga-Corinto 9:6-7, inuudyukan Niya tayo, *"At ito ang ibig kong sabihin: Ang naghahasik nang bahagya ay mag-aani rin nang bahagya, at ang naghahasik nang sagana ay mag-aani rin nang sagana. Ang bawat isa ay magbigay ayon sa ipinasiya ng kanyang puso, hindi mabigat sa kalooban, o dala ng pangangailangan, sapagkat iniibig ng Diyos ang nagbibigay na masaya."*

Dapat nating anihin kung ano ang itinanim natin – iyan ang batas ng mundo at batas ng espirituwal na kaharian. Kaya sa paglago ng iyong pananampalataya, ang lupa ng puso mo ay nagiging mabuti. Kapag nagtanim ka ng marami, mas marami kang aanihin. Kaya kahit na anong uri ng binhi ang itanim mo, itanim mo ito na may pananampalataya, pagpapasalamat, at kagalakan upang mag-ani ka ng masaganang ani.

3) Ikatlo, dapat mong alagaan nang mabuti ang umusbong na binhi.

Pagkatapos maihanda ng magsasaka ang lupa at maihasik ang mga binhi, dapat niyang diligin ang mga tanim, pigilan ang mga uod at insekto sa pamamagitan ng pestisidyo at patuloy na patabain ang lupa, at bunutin ang mga damo. Kung hindi niya ito gagawin, malalanta ito at hindi lalago. Kapag naihasik na ang salita ng Diyos, kailangang pagyamanin ito upang hindi makalapit ang kaaway na demonyong si Satanas. Dapat pagyamanin ito sa mataimtim na pananalangin, panghawakan na may kagalakan at pasasalamat, dumalo sa pagsamba, makibahagi sa gawaing Cristiano, magbasa at makinig sa salita ng Diyos at maglingkod. At ang naihasik na binhi ay uusbong, mamumulaklak at mamumunga.

3. Ang Proseso ng Pamumulaklak at Pamumunga

Kung hindi aalagaan ng magsasaka ang binhi pagkahasik nito, kakainin ito ng uod, dadami ang damo, at pipigilan ang mga binhi sa paglaki at pamumunga. Hindi dapat mapagod ang magsasaka sa kanyang ginagawa kundi dapat maging matiyaga siya sa pag-aalaga ng tanim hanggang makapag-ani siya ng mabuti at masaganang bunga. Sa tamang panahon, ang binhi ay umuusbong, namumulaklak, at sa wakas ay namumunga sa pamamagitan ng mga bubuyog at mga paruparo. Kapag nahinog na ang mga bunga, masaya nang makapag-aani ang magsasaka ng mabuting bunga. Anong galak niya kung ang paghihirap niya at pagtitiyaga ay magbubunga ng mabubuti at mahahalagang bunga – isandaan, animnapu o tatlumpung beses ng itinanim niya.

1) Una, ang espirituwal na bulaklak ay namumukadkad.

Anong ibig sabihin ng 'Ang binhi ng pananampalataya ay lumalago at namumulaklak ng espirituwal na bulaklak'? Kung namumulaklak ang halaman, nagsasabog ito ng bango, at nagtatawag ng bubuyog at paruparo. Gayundin kapag nakapaghasik tayo ng binhi ng salita ng Diyos sa lupa ng puso natin. Kapag inalagaan ito, at ipinamumuhay, makapagsasabog din tayo ng espirituwal na bulaklak at halimuyak ni Cristo. Dagdag pa rito, nagagampanan natin ang tungkulin ng pagiging ilaw at asin ng mundo upang maraming tao ang makakita ng mabubuting gawa at luwalhatiin ang ating Ama sa langit (Mateo 5:16).

Kapag isinasabog mo ang halimuyak ni Cristo, ang kaaway na demonyo ay mapapalayas at maluluwalhati mo ang Diyos sa iyong tahanan, negosyo, at opisina. Kapag ikaw ay kumakain man o umiinom o kung ano man ang ginagawa mo, maaari mong maluwalhati ang Diyos. Ang resulta nito, mamumunga ka ng bunga ng ebanghelismo, magaganap ang kaharian at katuwiran ng Diyos, at mababago ka bilang espirituwal na tao.

2) Pangalawa, namumunga at nahihinog ito.

Pagkatapos mamulaklak, magsisimula nang mamunga, at kapag nahinog na ang mga ito, aanihin na ng magsasaka. Kapag isasabuhay natin ito sa ating pananampalataya, anong uri ng bunga ang lalabas dito? Maaari tayong mamunga ng iba't ibang uri ng bunga ng Banal na Espiritu na nakatala sa Galacia 5:22-23, ang bunga ng Beatitudes o Mga Pinagpala sa Mateo 5, at ang bunga ng espirituwal na pag-ibig na nakatala sa 1 MgaTaga-

Corinto 13.

Sa pamamagitan ng pagbabasa ng Biblia at pakikinig ng salita ng Diyos, masusuri natin kung namulaklak tayo at namunga, at kung gaano na kahinog ang mga bunga. Kapag hinog na hinog na ang bunga, maaari na itong anihin at kainin nang may kasiyahan. Sinasabi ng Mga Awit 37:4, *"Sa PANGINOON ikaw ay magpakaligaya, at ang mga nasa ng iyong puso sa iyo'y ibibigay Niya."* Katulad ito ng pagdedeposito ng bilyong halaga ng dolyar (o piso) sa bangko at paggastos nito sa anumang paraan mo gustuhin.

3) Panghuli, mag-aani ka ng itinanim mo.

Sa takdang panahon, ang magsasaka ay mag-aani ng inihasik niya, at taun-taon ay ginagawa niya ito. Iba-iba ang dami ng kanyang inaani, depende sa bilang ng itinanim at kung gaano kasigasig at katapat siyang nag-alaga ng mga binhi.

Kung naghasik kang may pananalangin, sasagana ang espiritu mo; at kung nagtanim kang may katapatan at paglilingkod, tatamasa ka ng magandang kalusugan sa espiritu at sa katawan mo. Kung masipag kang naghasik ng pananalapi, tatamasa ka ng pagpapalang pinansiyal at matutulungan mo ang mga mahihirap hangga't gusto mo. Ipinapangako sa atin ng Diyos sa Galacia 6:7, *"Huwag kayong padaya; ang Diyos ay hindi maaaring lokohin, sapagkat ang anumang ihasik ng tao, ay siya rin niyang aanihin."*

Maraming bahagi sa Biblia ang nagpapatunay sa pangako ng

Diyos na nagsasabing "ang taong naghahasik ay aani ng kung anong inihasik niya." Sa 1 Mga Hari 17, may kwento tungkol sa isang balo na nakatira sa Zarefta. Dahil hindi umuulan at natuyo na ang batis, malapit nang mamatay sa gutom ang ina at kanyang anak na lalaki. Ngunit para kay Elias na isang lingkod ng Diyos, naghasik siya ng isang dakot na harina sa tapayan at kaunting langis sa banga. Noong panahong iyon na mas mahalaga ang pagkain kaysa sa ginto, hindi ito mangyayari kung wala siyang pananampalataya. Naniwala siya at umasa sa salita ng Diyos na ipinahayag sa kanya ni Elias. Binigyan siya ng Diyos ng kamangha-manghang biyaya kapalit ng kanyang pananampalataya, at siya, ang kanyang anak at si Elias ay nakakain hanggang sa matapos ang napakahabang taggutom (1 Mga Hari 17:8-16).

May ipinakikilala sa atin ang Marcos 12:41-44, isang dukhang balo na naghandog sa kabang-yaman ng dalawang kusing na ang halaga'y halos isang pera. Anong laking pagpapala ang tinanggap niya nang papurihan siya ni Jesus dahil sa kanyang ginawa!

Inilatag ng Diyos ang batas ng espirituwal na kaharian at sinasabi sa ating mag-aani tayo ng ating itinanim. Ngunit inuudyukan kita na dapat mong alalahanin na kinukutya mo ang Diyos kung nais mong mag-ani nang hindi ka naman nagtatanim. Kailangan kang maniwala na hahayaan ka ng Diyos na mag-ani ng isandaan, animnapu, o tatlumpung higit sa itinanim mo.

Sa pamamagitan ng talinghaga ng magsasaka, nakita natin kung paano magtanim ng binhi ng pananampalataya at kung paano alagaan ito upang magkaroon ng espirituwal na pananampalataya. Hinihiling ko sa iyo na tubusin ang lupa ng puso mo at gawin itong mabuti. Maghasik ka ng binhi ng pananampalataya at pagyamanin ito. Maghasik ka nang hangga't kaya mo at alagaan ito na may pananampalataya, pag-asa at pagtitiyaga upang tumanggap ka ng biyayang isandaan, animnapu, o tatlumpung ulit. Pagdating ng tamang panahon, mag-aani ka ng bunga at mabibigyan mo ng kaluwalhatian ang Diyos.

Nawa'y bawat isa sa inyo ay maniwala sa salita ng Biblia at maghasik ng mga binhi ng pananampalataya na naaayon sa mga turo ng salita ng Diyos upang kayo ay mamunga ng masaganang bunga, maluwalhati ang Diyos at magtamasa ng lahat ng uri ng pagpapala!

Kabanata 5

"'Kung Kaya Mo?' Lahat ng Bagay ay Maaaring Mangyari!"

Tinanong ni Jesus ang ama, "Gaano katagal nang nangyayari ito sa kanya?" Sinabi niya, "Mula pa sa pagkabata. Madalas na siya'y inihahagis nito sa apoy at sa tubig upang siya'y puksain, ngunit kung mayroon Kang bagay na magagawa, maawa Ka sa amin at tulungan Mo kami." Sinabi sa kanya ni Jesus, "Kung kaya mo! Ang lahat ng bagay ay maaaring mangyari sa kanya na nananampalataya." Agad sumigaw ang ama ng bata na sinasabi, "Nananampalataya ako; tulungan Mo ang kawalan ko ng pananampalataya!" At nang makita ni Jesus na dumarating na sama-samang tumatakbo ang maraming tao, sinaway Niya ang masamang espiritu, na sinasabi, "Ikaw na pipi at binging espiritu, iniuutos Ko sa iyo, lumabas ka sa kanya at huwag ka nang papasok muli sa kanya." Pagkatapos magsisigaw at lubhang pangisayin ang bata, lumabas ito at ang bata'y naging anyong patay, kaya't marami ang nagsabing siya'y patay na. Ngunit hinawakan siya ni Jesus sa kamay, at siya'y ibinangon at nagawa niyang tumayo.

Marcos 9:21-27

Iniipon ng mga tao ang kanilang mga karanasan o pinagdadaanan sa buhay kasama na dito ang kagalakan, kalungkutan, at pasakit. Marami ang nakakaranas ng mga malalaking problema na hindi nila kayang lunasan sa pag-iyak, sa pagtitiis o sa tulong ng iba.

May mga problema ng karamdaman na hindi na mapagaling ng modernong medisina; mga problema sa pag-iisip dahil sa "stress" na hindi maipaliwanag ng kahit na anong uri ng pilosopiya o sikolohiya. Kasama rin dito ang mga problema sa tahanan at sa mga anak na hindi malutas kahit ng pinakamalaking kayamanan; problema sa negosyo at pananalapi na hindi malutas ng kahit na anong paraan o pagpupursige. Mahaba pa ang nasa listahan. Sino ang maaaring makalutas sa lahat ng problemang ito?

Sa Marcos 9:21-27, mababasa natin ang usapan ni Jesus at ng isang ama na may anak na sinasaniban ng masamang espiritu. Malala ang pagdurusa ng bata dahil siya ay pipi at bingi at may epilepsi pa. Madalas na lumulusob siya sa tubig at sa apoy dahil sinasapian siya. Sa tuwing nangyayari ito, ibinabalibag siya sa lupa at bumubula ang kanyang bibig, nagngangalit ang mga ngipin niya at naninigas siya.

Tingnan natin kung paano tumanggap ng lunas sa problema ang tatay niya mula kay Jesus.

1. Pinagsabihan Ni Jesus Ang Ama Dahil Sa Kanyang Kawalan Ng Pananalig

Ang bata ay bingi at pipi mula nang ipanganak kaya wala man lang siyang marinig at nahihirapan siya dahil hindi siya maunawaan ng ibang tao. Palagi siyang inaatake ng epilepsi at nagpapakita siya ng sintomas ng kumbulsiyon o pangingisay. Kaya ang ama ay namumuhay sa pagdurusa at pag-aalala – walang pag-asa sa buhay.

Dumating ang panahon na nabalitaan ng ama ang tungkol kay Jesus – bumuhay ng patay, nagpagaling ng lahat ng uri ng karamdaman, binuksan ang mata ng bulag, at gumawa ng sarisaring himala. Nagkaroon ng pag-asa ang ama dahil sa balitang iyon. Naisip niya, "Kung ang kapangyarihan niya ay katulad ng narinig ko, maaari niyang mapagaling ang anak ko sa lahat ng kanyang mga karamdaman." Inisip niyang maaaring mapagaling ang kanyang anak kaya dinala niya ito kay Jesus. Nakiusap siya sa Kanya, "Kung kaya Mong gawin ang kahit na ano, maawa Ka sa amin at tulungan Mo kami!"

Nang marinig siya ni Jesus, pinagsabihan siya dahil wala siyang pananalig, "'Kung kaya Mo?' Lahat ng bagay ay maaaring mangyari sa taong naniniwala." Nabalitaan niya ang tungkol kay Jesus kaya siya naroon ngunit sa puso niya, hindi buo ang pananalig niya.

Kung nananalig lamang ang amang ito na walang anumang imposible kay Jesus, na Anak ng Diyos, na Makapangyarihan sa lahat dahil Siya mismo ang Katotohanan, hindi sana niya sinabi ang mga salitang "Kung kaya Mong gawin ang kahit na ano, maawa Ka sa amin at tulungan Mo kami!"

Kung walang pananampalataya, hindi maaaring malugod ang Diyos, at kung walang espirituwal na pananampalataya hindi rin posibleng tumanggap ng mga sagot. Upang mapagtanto ng ama ang katotohanang ito, sinabi ni Jesus sa kanya, "Kung kaya mo?" at pinagsabihan siya dahil hindi lubos ang pananampalataya niya.

2. Paano Magkakaroon Ng Lubos Na Pananampalataya

Kapag sumasampalataya ka sa hindi mo nakikita, ang pananampalataya mo ay tatanggapin ng Diyos. Ang tawag sa pananampalatayang ito ay 'espirituwal na pananampalataya,' 'tunay na pananampalataya,' 'buhay na pananampalataya' o 'pananampalatayang may kasamang mga pagkilos.' Sa ganitong pananampalataya, maniniwala kang ang isang bagay ay magagawa mula sa wala. Dahil *"ang pananampalataya ay ang katiyakan sa mga bagay na inaasahan, ang paninindigan sa mga bagay na hindi nakikita"* (Hebreo 11:1-3).

Dapat mong paniwalaan sa puso mo ang daan patungo sa krus, ang muling pagkabuhay, ang pagbabalik ng Panginoon, ang paglikha ng Diyos, at ang mga himala. Doon ka lang mapapatunayang may lubos na pananampalataya. Kung ipapahayag mo ang pananampalataya sa pamamagitan ng bibig mo, ito ay tunay na pananampalataya.

May tatlong kondisyon upang magkaroon ng lubos o kumpletong pananampalataya.

Una sa lahat, dapat mong buwagin ang hadlang na kasalanan laban sa Diyos. Kung makita mong may humahadlang na kasalanan sa iyo, buwagin mo ito sa pamamagitan ng pagsisisi. Dagdag pa rito, dapat kang makipagbuno sa kasalanan hanggang sa dumanak ang dugo at iwasan mo ang bawat uri ng kasamaan upang hindi na muling magkasala pa. Kung galit ka sa kasalanan na umaabot sa puntong naliligalig ka kapag naiisip mo ang kasalanan at kinakabahan ka at nag-aalala pag nakakita ng kasalanan, paano ka pa magkakasala? Sa halip na namumuhay ka sa kasalanan, makipag-usap ka sa Diyos, at magkakaroon ka ng lubos na pananampalataya.

Pangalawa, dapat mong sundin ang kalooban ng Diyos. Para magawa ang kalooban Niya, dapat mong maunawaang mabuti kung ano ang kalooban Niya. Kung hindi Niya kalooban ang personal na ninanais mo, huwag mo nang gawin. Sa kabilang banda, kung anuman ang ayaw mong gawin subalit kalooban ito ng Diyos, dapat mo itong gawin. Kapag susundin mo ang kalooban Niya nang buong puso, buong katapatan, buong kalakasan at buong karunungan, bibigyan ka Niya ng lubos na pananampalataya.

Pangatlo, dapat mong bigyang-lugod ang Diyos sa pag-ibig mo sa Kanya. Kung gagawin mo ang lahat para sa kaluwalhatian ng Diyos, kumakain ka man, o umiinom o kung anuman ang ginagawa mo, kung nalulugod ang Diyos sa pagsasakripisyo mo, hindi ka mabibigong magkaroon ng lubos na pananampalataya. Iyan ang pananampalatayang ginagawang posible ang imposible. Sa ganitong pananampalataya, hindi ka lang maniniwala sa nakikita at magagawa ng sarili mong lakas, kundi pati sa hindi nakikita at imposibleng gawin. Kaya kapag nagpahayag ka ng lubos na pananampalataya, lahat ng imposible ay magiging posible.

Kasunod nito, ang salita ng Diyos na nagsasabing "'Kung kaya mo?' Lahat ng bagay ay maaaring mangyari sa taong naniniwala" ay mangyayari sa iyo at maluluwalhati mo Siya sa lahat ng ginagawa mo.

3. Walang Imposible Sa Taong Naniniwala

Kapag lubos na pananampalataya ang napasaiyo, walang imposible para sa iyo at tatanggap ka ng kalutasan sa anumang problema mo. Sa anong mga aspeto mo mararanasan ang kapangyarihan ng Diyos na ginagawang posible ang imposible? Tingnan natin ang tatlong aspeto.

Ang unang aspeto ay ang mga problema sa mga karamdaman.

Halimbawang nagkasakit ka dahil sa mikrobyo o virus. Kung may pananampalataya ka at puspos ng Banal na Espiritu, ang apoy ng Banal na Espiritu ay susunog sa mga karamdamang iyon at ikaw ay gagaling. Sa mas detalyadong paraan, kung ikaw ay magsisisi sa kasalanan mo at tatalikod dito, gagaling ka sa pamamagitan ng pananalangin. Kung nagsisimula ka pa lang sa iyong pananampalataya, dapat mong buksan ang puso mo at makinig sa salita ng Diyos hanggang sa puntong maaari mo nang maipakita ang iyong pananampalataya.

Kasunod nito, kung magkaroon ka ng malalang karamdaman na hindi kayang pagalingin ng medisina, kailangang magpakita ka ng malaking pananampalataya. Sa pagsisisi mo nang lubos sa kasalanan mo sa kaibuturan ng puso mo at pagkapit sa Diyos sa pamamagitan ng pag-iyak sa pananalangin, maaari ka nang gumaling. Ngunit ang mga taong may mahinang pananampalataya at nagsisimula pa lang dumalo sa iglesya ay hindi mapapagaling hangga't hindi naibibigay sa kanila ang espirituwal na pananampalataya. Ang pagpapagaling sa kanila ay unti-unti habang sila ay nagkakaroon ng pananampalataya.

Panghuli, ang mga pisikal na depekto, mga abnormalidad, pilay, pagkabingi, mga sakit sa utak at iba pang sakit na minamana ay hindi gagaling kung walang kapangyarihan ng Diyos. Ang mga taong nagdurusa sa mga ganitong kapansanan ay dapat magpakita ng katapatan sa Diyos, patunayang umiibig sila at nagbibigay-lugod sila para kilalanin sila ng Diyos. Pagkatapos nito ay magaganap na ang pagpapagaling sa pamamagitan ng kapangyarihan ng Diyos.

Ang mga gawang pagpapagaling ay maaari lamang mangyari kung magpapamalas sila ng mga gawa ng pananampalataya tulad ng ipinakita ng pulubing bulag na si Bartimeo na nagsisigaw para mapansin ni Jesus (Marcos 10:46-52), ang senturion na nagpahayag ng kanyang malaking pananampalataya (Mateo 8:6-13), at ang paralitiko at ang apat na kaibigan niya na nagpamalas ng kanilang pananampalataya sa harapan ni Jesus (Marcos 2:3-12).

Ang ikalawang aspeto ay ang problema ng pananalapi.

Kung susubukan mong lutasin ang problema sa pananalapi sa pamamagitan ng kaalaman mo, mga paraan at karanasan nang walang tulong mula sa Diyos, malulutas lang ang problema hanggang sa abilidad at pagsisikap mo. Subalit kung iwawaksi mo ang kasalanan mo, susundin ang kalooban ng Diyos, ipagkakatiwala sa Diyos ang problema mo, at naniniwalang gagabayan ka ng Diyos sa Kanyang daan, sasagana ang kaluluwa mo, lahat ay maaayos para sa iyo at magtatamasa ka ng magandang kalusugan. Bukod pa diyan, dahil lumalakad ka kasama ng Banal na Espiritu, tatanggap ka ng mga biyaya ng Diyos.

Sinunod ni Jacob ang daan at karunungan ng tao hanggang makipagbuno siya sa anghel ng Diyos sa may batis ng Jaboc.

Hinawakan ng anghel ang kasu-kasuan ng hita ni Jacob at ito ay nalinsad. Sa pakikipagbunong ito, nagpasakop siya sa Diyos, at isinuko ang lahat sa Kanya. Magmula noon, tumanggap na siya ng pagpapala. Sa ganito ring paraan, kung minamahal mo ang Diyos, nagbibigay-lugod sa Kanya at ipinapasa-Diyos ang lahat, lahat ay maaayos para sa iyo.

Ang ikatlo ay tungkol sa pagtanggap ng espirituwal na kalakasan.

Makikita natin sa 1 Taga-Corinto 4:20 na ang kaharian ng Diyos ay hindi sa salita kundi sa kapangyarihan. Mas lumalakas ang kapangyarihan habang nagkakaroon tayo ng lubos na pananampalataya. Ang kapangyarihan ng Diyos ay dumadating sa atin sa magkakaibang kaparaanan, sang-ayon sa sukat ng pananalangin, pananampalataya at pag-ibig. Ang mga gawang himala ng Diyos na mas mataas ang antas kaysa sa kaloob ng pagpapagaling, ay maaari lang magawa ng mga tumanggap ng kapangyarihan ng Diyos sa pamamagitan ng pananalangin at pag-aayuno.

Kaya kung mayroon kang lubos na pananampalataya, ang imposible ay magiging posible para sa iyo at buong tapang mong maipapahayag, "Kung kaya mo? Lahat ng bagay ay maaaring mangyari sa taong naniniwala."

4. "Naniniwala ako; tulungan ako sa kawalan ko ng pananampalataya!"

Mayroong prosesong kinakailangan para makatanggap ng mga solusyon sa kahit na anong uri ng problema.

Una, sa simula ng proseso, dapat mag-alay ng positibong pagpapahayag sa pamamagitan ng iyong bibig.

May isang amang matagal nang nagdadalamhati dahil ang anak niya ay sinasaniban ng masasamang espiritu. Nang mabalitaan niya ang tungkol kay Jesus, nagkaroon siya ng pagnanais sa puso niya na makita si Jesus. Di naglaon, dinala ng ama ang anak kay Jesus, umaasang magkaroon ng pagkakataong mapagaling ito. Kahit na walang katiyakan tungkol dito, hiniling niya si Jesus na pagalingin ang anak niya.

Pinagsalitaan ni Jesus ang ama dahil sa sinabing "Kung kaya Mo!" ngunit pinalakas din ang loob sa sinabing *"Lahat ay maaaring mangyari sa taong naniniwala"* (Marcos 9:23). Sa sinabing ito ni Jesus, sumagot ang ama, *"Nananampalataya ako; tulungan mo ang kawalan ko ng pananampalataya!"* (Marcos 9:24) Ginawa niya ang positibong pagpapahayag sa harapan ni Jesus.

Dahil narinig lang niya na lahat ay maaaring mangyari sa pamamagitan ni Jesus, naunawaan ito ng utak niya at nagpahayag siya sa pamamagitan ng bibig, ngunit hindi nagpahayag ng pananampalatayang mula sa puso. Kahit na mayroon siyang pananampalataya sa isip lang niya, ang positibong pagpapahayag ang nag-udyok ng espirituwal na pananampalataya at naging dahilan para tumanggap ng kasagutan.

Kasunod nito, dapat mayroon kang espirituwal na pananampalataya na nag-uudyok sa iyong maniwala mula sa puso mo.

Ang ama ng batang sinaniban ng demonyo ay naghahangad na tumanggap ng espirituwal na pananampalataya, at sinabi niya kay Jesus, *"Nananampalataya ako; tulungan mo ang kawalan ko ng pananampalataya!"* (Marcos 9:24) Nang marinig ni Jesus ang hiling ng ama, alam Niya ang tapat na puso nito, ang pagiging totoo, ang masigasig na pagsamo at ang pananalig, kaya binigyan Niya ito ng espirituwal na pananampalataya na gumabay sa kanya para maniwala mula sa puso. Samakatwid, nang magkaroon na ng espirituwal na pananampalataya ang ama, kumilos na ang Diyos sa buhay niya at tumanggap siya ng sagot mula sa Diyos.

Nang mag-utos si Jesus sa Marcos 9:25, *"Ikaw na pipi at binging espiritu, iniuutos Ko sa iyo, lumabas ka sa kanya at huwag ka nang papasok muli sa kanya,"* lumabas ang masamang espiritu.

Sa madaling salita, ang ama ng bata ay hindi nakatanggap ng sagot mula sa Diyos dahil makalaman na pananampalataya ang nasa isipan niya. Ngunit nang tumanggap siya ng espirituwal na pananampalataya, naibigay kaagad sa kanya ang sagot ng Diyos.

Ang pangatlong aspeto sa proseso, dapat na iiyak ito sa

pananalangin hanggang sa huling sandali ng pagtanggap ng mga kasagutan.

Sa Jeremias 33:3, nangangako ang Diyos sa atin, *"Tumawag ka sa Akin, at Ako'y sasagot sa iyo, at magsasabi sa iyo ng mga dakila at makapangyarihang bagay na hindi mo nalalaman,"* at sa Ezekiel 36:37, tinuturuan Niya tayo, *"hahayaan Ko ang sambahayan ni Israel na humiling sa Akin upang gawin ito sa kanila."* Tulad ng mga nasusulat, si Jesus, ang mga propeta ng Lumang Tipan at ang mga disipulo ng Bagong Tipan ay umiyak sa pananalangin sa Diyos upang tumanggap ng Kanyang mga kasagutan.

Sa ganyan ding patotoo, sa pag-iyak sa pananalangin ka makakatanggap ng pananampalataya na kikilos para ka maniwala mula sa puso, at sa tanging espirituwal na pananampalataya ka makakatanggap ng mga sagot sa panalangin at problema. Dapat mong iiyak sa pananalangin hanggang makatanggap ka ng sagot, at ang imposible ay magiging posible para sa iyo. Ang ama ng batang sinaniban ng demonyo ay tumanggap ng sagot dahil umiyak siya kay Jesus sa panalangin.

Ang kwentong ito ay nagtuturo sa atin ng mahalagang aral sa batas ng Diyos. Upang maranasan natin ang salita ng Diyos na nagsasabing *"'Kung kaya mo?' Lahat ng bagay ay mangyayari sa sinumang naniniwala,"* dapat na gawing espirituwal na pananampalataya ang makalaman mong pananampalataya. Ito ang tumutulong sa iyo upang makamit mo ang lubos na pananampalataya, makatayo sa bato, at sumunod ng walang pag-aalinlangan.

Ganito ang buong proseso: una ay dapat kang positibong magpahayag ng iyong makalaman na pananampalataya, nasa isipan mo ito bilang kaalaman. Pagkatapos ay iiyak mo sa Diyos sa pananalangin hanggang makatanggap ka ng mga sagot. At panghuli, dapat mong tanggapin ang espirituwal na pananampalataya mula sa Diyos na kikilos sa iyo upang maging posible na maniwala ka mula sa puso mo.

At upang matugunan ang tatlong kundisyon sa pagtanggap ng lubos na sagot, una ay gibain ang pader ng kasalanan laban sa Diyos. Kasunod nito ay dapat makita sa iyo ang mga gawa ng pananampalataya. Pagkatapos ay hayaan mong sumagana ang iyong kaluluwa. Kapag naganap mo na ang mga kundisyong ito, bibigyan ka ng espirituwal na pananampalataya mula sa langit at gagawing posible ang imposible.

Kung magsisikap kang gumawa ng mga bagay sa sarili mo lang sa halip na iniaasa mo sa makapangyarihang Diyos, magkakaroon ka ng mga problema at mahaharap sa kahirapan. Kabaliktaran naman ang mangyayari kung gigibain mo ang pag-iisip ng tao na nag-iisip ng imposible, at ipapasa-Diyos mo ang lahat, gagawin Niya ang lahat para sa iyo. Ano pa ang magiging imposible?

Ang kaisipan ng laman ay pagkapoot laban sa Diyos (Roma 8:7). Pinipigilan ka nitong maniwala at binibigo mo ang Diyos dahil sa negatibong pagpapahayag. Tumutulong ito kay Satanas para magparatang laban sa iyo, at ito rin ay nagdudulot ng mga pagsubok, problema at paghihirap sa iyo. Kaya dapat gibain ang mga ito. Anumang uri ng problema ang dumating sa iyo, ilagay mong lahat iyan sa kamay ng Diyos, kasama na ang kasaganahan ng iyong kaluluwa, negosyo, trabaho, karamdaman, at pamilya. Dapat kang umasa sa makapangyarihang Diyos, maniwalang gagawin Niyang posible ang imposible, at dapat gibain ang lahat ng uri ng makalamang pag-iisip sa pamamagitan ng pananampalataya.

Kapag nagpapahayag ka ng positibong salita na "Naniniwala ako" at nananalangin sa Diyos mula sa puso, bibigyan ka ng Diyos ng pananampalatayag tutulong sa iyo upang maniwala mula sa puso. Sa pananampalatayang ito, hahayaan ka Niyang tumanggap ng mga sagot sa kahit na anong uri ng problema, at maluluwalhati mo pa Siya. Ang buhay na ito ay tunay na pinagpala!

Nawa'y lumakad ka sa pananampalataya lamang upang maganap mo ang kaharian at katuwiran ng Diyos – ang dakilang habilin at pagsugo sa pamamagitan ng pagpapahayag ng ebanghelyo sa mundo. Nawa'y ganapin mo ang kalooban ng Diyos, gawing posible ang imposible bilang sundalo ng krus, at paliwanagin ang ilaw ni Cristo, sa pangalan ni Jesu-Cristo ay idinadalangin ko!

Kabanata 6

Tanging sa Diyos Lamang Umasa si Daniel

Sinabi naman ni Daniel sa hari,
"O hari, mabuhay ka magpakailanman!
Isinugo ng aking Diyos ang kanyang anghel,
at itinikom ang mga bibig ng mga leon.
Hindi nila ako sinaktan sapagkat ako'y natagpuang
walang sala sa harap Niya at gayundin sa harapan mo.
O hari, wala akong ginawang kasalanan."
Nang magkagayo'y tuwang-tuwa ang hari,
at ipinag-utos na kanilang iahon si Daniel mula sa yungib.
Kaya't iniahon si Daniel mula sa yungib,
at walang anumang sugat na natagpuan
sa kanya sapagkat siya'y nagtiwala sa kanyang Diyos.

Daniel 6:21-23

Noong bata pa si Daniel, naging bihag siya ng Babilonia. Ngunit kinalaunan, nabigyan siya ng mataas na katungkulan sa kagandahang loob ng hari, bilang pangalawa sa hari. Dahil minahal niya ang Diyos nang sukdulan, pinagkalooban siya ng kaalaman at katalinuhan sa lahat ng sangay ng literatura at karunungan. Nakaunawa pa si Daniel ng lahat ng uri ng pangitain at panaginip. Siya ay pulitiko at propeta na naglantad ng kapangyarihan ng Diyos.

Sa buong buhay niya, hindi nakipagkasundo si Daniel sa kalakaran ng mundo sa ginawa niyang paglilingkod sa Diyos. Napagtagumpayan niya ang mga pagsubok sa pamamagitan ng kanyang pananampalataya, sa pagiging martir niya at niluwalhati ang Diyos dahil sa tagumpay na napasakanya. Ano ang dapat nating gawin upang makamit natin ang pananampalatayang katulad ng sa kanya?

Saliksikin natin kung bakit si Daniel na pumapangalawa sa hari bilang pinuno ng Babilonia ay itinapon sa kulungan ng mga leon at kung paano siya nakaligtas doon nang wala ni anumang galos sa katawan.

1. Si Daniel, Tao ng Pananampalataya

Sa panahon ng kapangyarihan ni Haring Rehoboam, nahati sa dalawa ang Nagkakaisang Kaharian ng Israel – Kaharian ng Juda sa Timog at Kaharian ng Israel sa Hilaga dahil sa nawalan na ng karangalan si Haring Solomon (1 Mga Hari 11:26-

36). Ang mga hari at bansang sumunod sa mga utos ng Diyos ay sumagana ngunit ang mga sumuway sa batas ng Diyos ay nawasak.

Noong 722 B.C. ang Kaharian ng Israel sa Hilaga ay nabuwag dahil sa pag-atake ng Asiria. Noong panahong iyon, di mabilang na mga tao ang nabihag ng Asiria. Ang Kaharian ng Juda sa Timog ay sinalakay din subalit hindi nawasak.

Kinalaunan, nilusob ng Haring Nebukadnezar ang Kaharian ng Juda sa Timog, at sa ikatlong pagtatangka, nabuwag niya ang lunsod ng Jerusalem at winasak ang templo ng Diyos. Nangyari ito noong 586 B.C.

Sa ikatlong paghahari ni Jehoiakin, ang hari ng Juda, sumalakay si Haring Nebukadnezar ng Babilonia at kinubkob ang Jerusalem. Sa unang paglusob, tinalian ni Haring Nebukadnezar si Haring Jehoiakin ng kadenang tanso para dalhin sa Babilonia, at tinangay ang ibang mga kagamitan ng bahay ng Diyos sa Babilonia.

Si Daniel ay kasama sa mga naunang binihag na may dugong maharlika. Nanirahan sila sa lupain ng Hentil subalit naging masagana si Daniel habang naninilbihan sa maraming mga hari – sina Nebukadnezar at Belshasar na mga hari ng Babilonia, Dario at Ciro na mga hari ng Persia. Matagal na panahong nanirahan sa mga bansang Hentil si Daniel at nanilbihan bilang tagapamahala subalit nagpamalas siya ng pananampalatayang hindi nakikipagkasundo sa mundo at namuhay nang matagumpay bilang propeta ng Diyos.

Inutusan ni Nebukadnezar, hari ng Babilonia, ang kanyang opisyal na dalhin ang ilan sa mga binihag na Israelita na mula sa lahi ng hari at may dugong maharlika. Sila ay mga kabataang walang kapintasan, makikisig at bihasa sa lahat ng sangay ng karunungan. Sila ay may taglay na kaalaman at pang-unawa, at may kakayahang maglingkod sa palasyo ng hari. Ituturo sa kanila ang panitikan at wika ng mga Caldeo at pakakainin sila mula sa pagkain at alak na iniinom ng hari. Tuturuan sila sa loob ng tatlong taon. Kasama rito si Daniel (Daniel 1:4-5).

Ngunit nagpasiya si Daniel na hindi niya dudungisan ang sarili sa pamamagitan ng pagkain ng hari at pag-inom ng alak nito; kaya humingi siya ng pahintulot sa pinuno para hindi niya madungisan ang sarili (Daniel 1:8). Ito ang pananampalataya ni Daniel, nais niyang sundin ang batas ng Diyos. Pinahintulutan ng Diyos na tumanggap si Daniel ng lingap at habag mula sa pinuno (t. 9). Kaya inalis ng katiwala ang kanilang bahaging pagkain at alak at patuloy silang binigyan ng mga gulay (t. 16).

Dahil nakita ng Diyos ang pananampalataya ni Daniel, pinagkalooban siya ng kaalaman at katalinuhan sa lahat ng turo at karunungan. May pagkaunawa rin siya sa lahat ng pangitain at mga panaginip (t. 17). At sa bawat bagay tungkol sa karunungan at pang-unawa na inuusisa ng hari sa kanila, natuklasan ng hari na sila'y sampung ulit na mas mahusay kaysa sa lahat ng salamangkero at mga engkantador na nasa buong kaharian (t. 20).

Kinalaunan, nabagabag si Haring Nebukadnezar sa kanyang panaginip at hindi siya makatulog. Ni isa sa mga Caldeo ay hindi makapagsabi ng kanyang panaginip. Ngunit si Daniel ay matagumpay na naipaliwanag ang panaginip ng hari, sa pamamagitan ng karunungan at kapangyarihan ng Diyos. Nang magkayo'y binigyan ng hari si Daniel ng mataas na karangalan at ng maraming malalaking kaloob, at ginawa siyang tagapamahala sa buong lalawigan ng Babilonia at punong tagapamahala ng lahat ng pantas sa Babilonia (Daniel 2:46-48).

Hindi lang sa paghahari ni Nebukadnezar kundi sa paghahari ni Belshasar naging matagumpay at kinilala si Daniel. Naglabas ng proklamasyon si Haring Belshasar na nagbibigay ng awtoridad kay Daniel bilang pangatlong hari sa kaharian. Nang mamatay si Haring Belshasar, si Dario ang humalili sa kanya bilang hari. At nagpatuloy si Daniel na nasa magandang pagtingin ng hari.

Minabuti ni Haring Dario na magtalaga sa kaharian ng isandaan at dalawampung satrap at tatlong pangulong mamumuno sa kanila. Nangibabaw si Daniel sa lahat ng ibang pangulo at mga satrap dahil sa taglay niyang di pangkaraniwang espiritu, kaya nagpanukala ang hari na italaga siyang pinuno ng buong kaharian.

Nang magkagayon, sinikap ng mga tagapamahala at mga satrap na makahanap ng batayan upang makapagsumbong laban kay Daniel tungkol sa kaharian, ngunit wala silang makitang anumang dahilan o anumang pagkukulang sapagkat tapat siya, at walang pagkukulang o kamalian na natagpuan sa kanya.

Nagbalak silang labanan si Daniel tungkol sa batas ng Diyos. Hiniling nila sa hari na gumawa ng batas na nagbabawal sa sinumang mananalangin sa sinumang diyos o tao sa loob ng tatlumpung araw, at ang lalabag ay ihahagis sa yungib ng mga leon. Hiniling nilang pagtibayin at lagdaan ito upang huwag mabago ayon sa batas ng mga taga-Media at mga taga-Persia na hindi maaaring pawalang-bisa. Kaya't nilagdaan ni Haring Dario ang kasulatan.

Nang malaman ni Daniel na ang kasulatan ay nalagdaan na, siya'y pumasok pa rin sa kanyang bahay na ang mga bintana ay bukas paharap sa Jerusalem; at siya'y nagpatuloy na lumuhod ng tatlong ulit sa loob ng isang araw, nananalangin, at nagpapasalamat sa harap ng kanyang Diyos, gaya ng dati niyang ginagawa (Daniel 6:10). Alam ni Daniel na dapat siyang ihagis sa yungib ng mga leon kung lalabagin niya ang kasulatan, ngunit determinado siyang maging martir hanggang kamatayan at patuloy na naglingkod tanging sa Diyos lamang.

Kahit nasa gitna ng pagkabihag sa Babilonia, palaging naaalala ni Daniel ang kagandahang-loob ng Diyos, at maalab siyang nagmahal sa Kanya sa pamamagitan ng pagluhod, pagdalangin at pagpapasalamat ng tatlong beses sa isang araw nang walang palya. Mayroon siyang malakas na pananampalataya at hindi nakipagkasundo sa mundo sa kanyang paglilingkod sa Diyos.

2. Inihagis si Daniel sa Yungib ng Leon

Ang mga taong ito na naiinggit kay Daniel ay nagkaisang pumunta sa kanya at natagpuan siyang nananalangin at sumasamo sa kanyang Diyos. Kaya lumapit sila at nagsalita sa harapan ng hari tungkol sa ipinagbabawal ng hari. Napagtanto ng hari na hiniling sa kanya ng mga taong ito na gumawa ng pagbabawal hindi para sa kanya bilang hari kundi dahil sa kanilang balak laban kay Daniel, at siya ay nabahala. Subalit nalagdaan na niya ang kautusan at naipahayag na ito kaya hindi na niya ito mabawi pa.

Nagpasiya siyang iligtas si Daniel subalit pinilit siyang ipatupad ang utos. Wala nang ibang nagawa ang hari.

Nag-utos ang hari, at inihagis si Daniel sa yungib ng mga leon. Nilagyan ng isang bato ang bunganga ng yungib, wala nang bagay na mababago pa patungkol kay Daniel.

Umuwi ang hari sa kanyang palasyo at pinalipas ang buong magdamag na nag-aayuno. Walang libangang dinala sa kanya at ayaw siyang dalawin ng antok. Nang mag-uumaga na, bumangon ang hari at nagmamadaling pumunta sa yungib ng mga leon. Ipinagpalagay na nilapa na ng mga gutom na leon si Daniel. Pagdating ng hari sa yungib, umaasa pa ring ligtas si Daniel.

Noong panahong iyon, maraming kriminal na ang inihagis sa yungib ng leon. Ngunit paano maililigtas si Daniel doon? Inisip ng hari na ang Diyos na pinaglilingkuran niya ang magliligtas sa kanya. Sumigaw ang hari na may pagdadalamhati at sinabi kay Daniel, "O Daniel, lingkod ng buhay na Diyos, ang iyo bang Diyos na patuloy mong pinaglilingkuran ay nakapagligtas sa iyo sa mga leon?"

Laking gulat niya nang marinig ang tinig ni Daniel, *"O hari, mabuhay ka magpakailanman! Isinugo ng aking Diyos ang Kanyang anghel, at itinikom ang mga bibig ng mga leon. Hindi nila ako sinaktan sapagkat ako'y natagpuang walang sala sa harap Niya at gayundin sa harapan mo. O hari, wala akong ginawang kasalanan"* (Daniel 6:21-22).

Nang magkagayo'y tuwang-tuwa ang hari, at ipinag-utos na iahon si Daniel mula sa yungib. Nang maiahon si Daniel, walang anumang sugat na nakita sa kanya. Kamangha-mangha ito! Isang malaking tagumpay ito dahil sa pananampalataya ni Daniel sa Diyos! Dahil nagtiwala siya sa Diyos na buhay, nakaligtas siya sa mga gutom na leon at ipinamalas ang kaluwalhatian ng Diyos maging sa mga Hentil.

Ang hari ay nag-utos, at ipinahuli ang mga lalaking nagparatang kay Daniel at ang mga ito ay inihagis sa yungib ng leon – sila, ang kanilang mga anak, at ang mga asawa. Hindi pa man sila umaabot sa ibaba ng yungib, ang mga leon ay nanaig sa kanila, at pinagputul-putol ang mga buto nila (Daniel 6:24). Pagkatapos ay sumulat ang haring Dario sa lahat ng mga bayan, bansa, at wika na naninirahan sa buong lupa – dapat ay matakot sila sa Diyos.

Idineklara ng hari sa kanila: *"Kapayapaa'y sumagana sa inyo. Ako'y nag-uutos na sa lahat ng sakop ng aking kaharian, ang mga tao ay dapat manginig at matakot sa Diyos ni Daniel: Sapagkat Siya ang buhay na Diyos, at nananatili magpakailanman. Ang Kanyang kaharian ay hindi mawawasak, at ang Kanyang kapangyariha'y walang katapusan. Siya'y nagliligtas at nagpapalaya, Siya'y gumagawa ng mga tanda at mga kababalaghan sa langit at sa lupa, sapagkat iniligtas niya si Daniel mula sa kapangyarihan ng mga leon"* (Daniel 6:26-27).

Napakadakila ng tagumpay ng pananampalatayang ito! Dahil walang kasalanang natagpuan kay Daniel at lubos siyang nagtiwala sa Diyos. Kung lalakad tayo sa salita ng Diyos at mananahanan sa Kanyang pag-ibig, anuman ang sitwasyon at kalagayan, magbibigay ang Diyos ng paraan para tayo makaiwas at magtagumpay.

3. Si Daniel, Kampeon ng Dakilang Pananampalataya

Anong uri kaya ng pananampalataya ang mayroon si Daniel na nakakapagbigay siya ng luwalhati sa Diyos? Saliksikin natin ang pananampalataya ni Daniel upang mapagtagumpayan natin ang anumang pagsubok at dalamhati at maipamalas natin ang luwalhati ng Diyos na buhay sa maraming tao.

Una sa lahat, hindi kailanman nakipagkasundo sa mundo si Daniel tungkol sa kanyang pananampalataya.

Naging tagapamahala siya sa buong kaharian bilang isa sa mga pangulo ng Babilonia, at alam niyang ihahagis siya sa yungib ng leon kung lalabag siya sa kautusan. Ngunit hindi siya napadala sa anumang pag-iisip at karunungan ng tao. Hindi siya natakot sa mga taong nagpanukala ng laban sa kanya. Lumuhod siya at nanalangin sa Diyos tulad ng dati na niyang ginagawa. Kung sinunod lang niya ang normal na iisipin ng isang tao, sa loob ng 30 araw na bisa ng kautusan, hindi na sana siya nanalangin o kaya ay sa loob na lang ng silid niya ito ginawa. Pero wala siyang ginawang ganoon. Hindi niya inisip na iligtas ang sarili, ni makipagkasundo sa mundo. Nanatili siyang nananalig dahil sa kanyang pag-ibig sa Diyos.

Sa madaling salita, sa pananampalataya niya ay handa siyang mamatay, kahit alam niyang nalagdaan na ang kasulatan, pumasok pa rin siya sa tahanan niya, binuksan ang mga bintana paharap sa Jerusalem. Nagpatuloy siyang lumuhod tatlong beses sa isang araw, nananalangin at nagpapasalamat sa kanyang Diyos, tulad ng dati na niyang ginagawa.

Pangalawa, si Daniel ay may pananampalataya kaya hindi siya huminto sa pananalangin.

Nang siya ay nalagay sa sitwasyong kinailangan niyang maghanda sa kanyang kamatayan, nanalangin siya sa Diyos na dati na niyang gawi. Ayaw niyang magkasala sa paghinto sa pananalangin (1 Samuel 12:23).

Ang panalangin ang hininga ng ating espiritu, kaya hindi tayo dapat huminto sa pananalangin. Kapag may dumarating sa ating mga pagsubok at pagdadalamhati, dapat tayong manalangin, at kapag may kapayapaan naman tayo, dapat din tayong manalangin nang hindi tayo matukso (Lucas 22:40). Dahil hindi huminto si Daniel sa pananalangin, nanatili ang kanyang pananampalataya at natalo niya ang mga pagsubok.

Pangatlo, may pananampalataya si Daniel kaya nagpapasalamat sa anumang kalagayan.

Maraming mga ama ng pananampalataya ang nakatala sa Biblia na nagpasalamat sa lahat ng bagay sa pamamagitan ng pananalig dahil alam nilang tunay na pananampalataya ang magpasalamat sa anumang kalagayan. Nang si Daniel ay inihagis sa yungib ng mga leon dahil sumunod siya sa batas ng Diyos, tagumpay ng pananampalataya ang pangyayaring ito. Kahit siya pa ay kinain ng mga leon, siya ay mapapasa-bisig ng Diyos at mananahanan sa walang hanggang kaharian ng Diyos. Anuman ang kahinatnan, wala siyang anumang takot! Kung ang isang tao ay lubos na naniniwala sa langit, hindi siya matatakot sa kamatayan.

Kahit na mamuhay si Daniel sa kapayapaan bilang tagapamahala ng kaharian, pangalawa sa hari, pansamantala lang ang karangalang iyon. Ngunit kung mananatili ang kanyang pananampalataya at mamamatay na isang martir, kikilanin siya ng Diyos bilang dakila sa kaharian ng langit at mamumuhay sa walang hanggang kaluwalhatian. Kaya wala siyang ibang ginawa kundi ang magpasalamat.

Pang-apat, hindi nagkasala si Daniel. May pananampalataya siyang sumunod at ipamuhay ang salita ng Diyos.

Walang maaaring iparatang kay Daniel tungkol sa pagpapatakbo ng pamahalaan. Walang anumang anomalya, kapabayaan o panlolokong nakita sa kanya. Napakadalisay ng buhay niya!

Walang anumang paninisi o sama ng loob si Daniel sa hari na nag-utos na ihagis siya sa yungib ng mga leon. Sa halip ay nagpatuloy siyang maging tapat sa hari at sinabihan pa niya "O hari, mabuhay ka magpakailanman!" Kung ang mga pagsubok na ito ay ibinigay sa kanya dahil siya ay nagkasala, maaaring hindi siya binigyan ng proteksiyon ng Diyos. Pero dahil hindi nagkasala si Daniel, iningatan siya ng Diyos.

Panglima, may pananampalataya si Daniel kaya lubos ang pagtitiwala niya tanging sa Diyos lamang.

Kung may pagkatakot tayo sa Diyos, lubos na umaasa sa Kanya at inilalagay sa mga kamay Niya ang buhay natin, lulutasin Niya ang lahat ng ating problema. Nagtiwala at umasa nang lubos si Daniel sa Diyos. Kaya hindi siya nakipagkasundo sa mundo kundi pinili ang batas ng Diyos at humiling ng tulong Niya. Nakita ng Diyos ang pananampalataya niya at ginawa ang lahat para sa kanyang kabutihan. Patuloy na nadagdagan ang mga biyaya kaya dakilang kaluwalhatian ang naialay sa Diyos.

Kung may pananampalataya tayong katulad ng kay Daniel, kahit na ano pang pagsubok at paghihirap ang dumating sa atin, mapagtatagumpayan natin ang mga ito. Gagawin natin itong mga pagkakataon ng pagpapala at magiging mga saksi tayo ng Diyos na buhay. Ang kaaway na demonyo ay pagala-gala, naghahanap ng malalamon. Kaya dapat nating labanan ito sa pamamagitan ng malakas na pananampalataya at mamuhay tayo sa proteksiyon ng Diyos sa pananatili at pamamalagi sa salita Niya.

Sa mga pagsubok na dumarating sa atin na panandalian lang, gagawing perpekto, magpapatibay, magpapalakas at itataguyod tayo ng Diyos (1 Pedro 5:10). Nawa'y magkaroon ka rin ng pananampalatayang katulad ng kay Daniel, lumakad na kapiling ng Diyos sa lahat ng oras, at luwalhatiin Siya, sa pangalan ng ating Panginoong Jesu-Cristo, idinadalangin ko!

Kabanata 7

Ang Diyos ay Handang Magkaloob

Ngunit tinawag siya ng anghel
ng PANGINOON mula sa langit, at sinabi,
"Abraham, Abraham."
At kanyang sinabi, "Narito ako."
At sa kanya'y sinabi,
"Huwag mong saktan ang bata, o gawan man siya ng anuman,
sapagkat ngayon ay nalalaman ko na ikaw
ay may takot sa Diyos, at hindi mo ipinagkait
sa Akin ang iyong anak, ang iyong kaisa-isang anak."
Kaya't tumingin si Abraham,
at nakita niya ang isang tupang lalaki sa likuran niya
na ang mga sungay ay sumabit sa mga tinik.
Lumapit si Abraham at kinuha ang tupa, at siyang inialay
na handog na susunugin kapalit ng kanyang anak.
Kaya't tinawag ni Abraham ang lugar na iyon Jehovah-Jireh.
Kaya't sinasabi hanggang sa araw na ito:
"Sa bundok ng PANGINOON ito ay ipagkakaloob."

Genesis 22:11-14

Jehovah-Jireh! Nakakatuwa at nakakalugod na marinig ito! Ibig sabihin ay palaging nakahandang magkaloob ang Diyos. Sa panahon ngayon, maraming mananampalataya sa Diyos ang nakakarinig, at nakakaalam na palaging may ginagawa, inihahanda at nangunguna ang Diyos. Pero karamihan sa mga tao ay bigong makaranas ng ganito sa kanilang pamumuhay.

Ang salitang "Jehovah-Jireh" ay tungkol sa pagpapala, katuwiran at pag-asa. Lahat ay naghahangad at nagnanasa ng mga ito. Kung hindi natin alam ang landas patungo dito, hindi natin mapapasok ang daan ng pagpapala. Kaya nais kong ibahagi sa inyo ang pananampalataya ni Abraham, bilang halimbawa ng isang taong tumanggap ng pagpapala ng "Jehovah-Jireh."

1. Inuna Ni Abraham Ang Salita Ng Diyos Kaysa Sa Lahat Ng Bagay

Sinasabi ni Jesus sa Marcos 12:30, *"Ibigin mo ang Panginoon mong Diyos nang buong puso mo, nang buong kaluluwa mo, nang buong pag-iisip mo, at nang buong lakas mo."* Tulad ng inilarawan sa Genesis 22:11-14, inibig ni Abraham ang Diyos nang gayon na lamang na nakakausap siya ng harapan, nalaman niya ang kalooban ng Diyos, at tumanggap siya ng biyaya ng Jehovah-Jireh. Dapat mong maisip na hindi aksidente o pagkakataon para tumanggap ng lahat ng ito.

Inuna ni Abraham ang Diyos sa lahat, at ipinalagay niyang

ang Kanyang salita ay higit na mahalaga sa lahat. Hindi niya sinunod ang sariling iniisip at palaging nakahandang sumunod sa Diyos. Dahil tapat siya sa Diyos at sa sarili ng walang kabulaanan, nakahanda siya sa kaibuturan ng puso niya para tumanggap ng mga biyaya.

Sinabi ng Diyos kay Abraham sa Genesis 12:1-3, *"Umalis ka sa iyong lupain, sa iyong mga kamag-anak, sa bahay ng iyong ama, at pumunta ka sa lupaing ituturo Ko sa iyo. Gagawin kitang isang malaking bansa, ikaw ay Aking pagpapalain, gagawin Kong dakila ang iyong pangalan, at ikaw ay magiging isang pagpapala. Pagpapalain Ko ang magbibigay ng pagpapala sa iyo, at susumpain Ko ang mga susumpa sa iyo; at sa pamamagitan mo ang lahat ng angkan ng lupa ay pagpapalain."*

Sa sitwasyong ito, kung ginamit ni Abraham ang pag-iisip ng tao, mag-aalala siya nang inutusan siya ng Diyos na lisanin ang kanyang bansa, ang mga kamag-anak at ang tahanan ng kanyang ama. Subalit isinaalang-alang niya ang Diyos Ama, ang Manlilikha, bilang una sa lahat. Sa ginawa niyang ito, sumunod at tumalima siya sa kalooban ng Diyos. Sa ganoon ding paraan, ang sinuman ay maaaring sumunod sa Diyos nang may kagalakan kung mahal talaga niya ang Diyos. Dahil naniniwala siyang lahat ay magiging maayos sa pamamagitan ng Diyos.

Maraming bahagi sa Biblia ang nagpapahayag sa atin ng mga ama ng pananampalataya na nagsaalang-alang na unahin ang salita ng Diyos at lumakad nang naayon dito. Sinasabi ng 1

Mga Hari 19:20-21, *"Kanyang [Eliseo] iniwan ang mga baka, patakbong sumunod kay Elias, at sinabi, 'Hayaan mong hagkan ko ang aking ama at aking ina, pagkatapos ay susunod ako sa iyo.' At sinabi niya sa kanya, 'Bumalik ka uli, sapagkat ano bang ginawa ko sa iyo?' At siya'y bumalik mula sa pagsunod sa kanya, at kinuha ang mga pares ng baka. Kanyang kinatay ang mga iyon at inilaga ang laman sa pamamagitan ng mga pamatok ng mga baka. Ibinigay niya iyon sa taong-bayan at kanilang kinain. Pagkatapos, tumindig siya at sumunod kay Elias, at naglingkod sa kanya."* Nang tawagin ng Diyos si Eliseo sa pamamagitan ni Elias, kaagad niyang iniwanan ang lahat ng pag-aari niya at sumunod sa kalooban ng Diyos.

Ganoon din ang mga disipulo ni Jesus. Nang tawagin sila ni Jesus, sumunod kaagad sila. Sinasabi sa atin ng Mateo 4:18-22, *"Sa paglalakad ni Jesus sa tabi ng Dagat ng Galilea, nakita Niya ang dalawang magkapatid, si Simon na tinatawag na Pedro, at si Andres na kanyang kapatid, na naghuhulog ng lambat sa dagat, sapagkat sila'y mga mangingisda. Sinabi Niya sa kanila, 'Sumunod kayo sa Akin at gagawin Ko kayong mga mamamalakaya ng mga tao.' Kaagad nilang iniwan ang kanilang mga lambat at sumunod sa Kanya. At sa Kanyang paglalakad mula roon ay nakita Niya sa bangka ang dalawa pang magkapatid, si Santiago na anak ni Zebedeo at si Juan na kanyang kapatid, kasama si Zebedeo na kanilang ama, na nag-aayos ng lambat; at Kanyang tinawag sila. Kaagad nilang iniwan ang bangka at ang kanilang ama, at sumunod sa*

Kanya."

Kaya sabik akong inuudyukan kayo na magkaroon ng pananampalatayang maging masunurin kahit ano pang maging kalooban ng Diyos. Isaalang-alang ninyo ang salita ng Diyos, una sa lahat, upang sa pamamagitan ng kapangyarihan ng Diyos ay maging maayos ang lahat.

2. Palaging "Oo!" ang tugon ni Abraham

Ayon sa salita ng Diyos, iniwan ni Abraham ang Haran na bayan niya, at nagtungo sa bayan ng Canaan. Ngunit ang taggutom ay malala doon kaya kinailangan niyang lumipat sa Ehipto (Genesis 12:10). Pagkalipat niya doon, tinawag niyang 'kapatid' ang kanyang asawa para hindi siya mapatay. Sinasabi ng ilang tao na niloko ni Abraham ang mga nakapaligid sa kanya dahil natatakot siya at isa siyang duwag. Sa katotohanan, hindi siya nagsinungaling kundi ginamit lang niya ang pag-iisip ng tao. Napatunayan ito nang inutusan siyang iwanan ang kanyang bayan. Sumunod siya nang walang takot. Kaya hindi totoong nanlinlang siya at naduwag siya nang sabihing kapatid niya si Sara. Ginawa niya ito hindi dahil isa siya sa mga pinsan kundi inisip niyang mas mabuting tawaging 'kapatid' sa halip na 'asawa.'

Habang nasa Ehipto si Abraham, dinalisay siya ng Diyos upang lubos na umasa sa Kanya. Upang magkaroon ng perpektong pananampalataya na hindi sumusunod sa karunungan at pag-iisip ng tao. Palagi siyang nakahandang sumunod, pero may nalalabi pang makalamang pag-iisip sa kanya na dapat iwaksi. Sa pamamagitan ng pagsubok na ito, hinayaan ng Diyos na pakitunguhan siya ng maayos ng Faraon. Biniyayaan si Abraham ng Diyos kasama na ang mga tupa, mga baka, mga asno, mga kamelyo, at mga lalaki at babaing alipin.

Sinasabi sa atin na kung may mga pagsubok na dumating sa atin dahil hindi tayo sumunod, magdudusa tayo. Kung may pagsubok na dumating dahil sa ating makalamang pag-iisip na hindi pa naiwawaksi, ngunit masunurin naman tayo, gagawing maayos ng Diyos ang lahat.

Ang pagsubok na ito ay naging dahilan upang magsabi siya ng "Amen" at sumunod sa lahat ng bagay. Pagkatapos ay inutusan siya ng Diyos na ihandog ang nag-iisang anak, si Isaac, bilang handog na susunugin. Mababasa sa Genesis 22:1, *"Pagkatapos ng mga bagay na ito, sinubok ng Diyos si Abraham, at sinabi sa kanya, 'Abraham,' at sinabi niya, 'Narito ako.'"*

Nang isilang si Isaac, si Abraham ay 100 taon at si Sara ay 90. Sa idad ng mga magulang, imposible na talaga ang magkaroon pa ng anak. Sa biyaya at pangako lamang ng Diyos kaya nagkaanak sila ng lalaki, at ipinalagay nila itong higit na mahalaga kaysa sa anumang bagay. At dagdag pa rito, siya ang binhing ipinangako ng Diyos. Kaya nagtataka si Abraham nang inutusan siyang ihandog ang anak na tulad sa isang hayop! Hindi ito maaarok ng pag-iisip ng tao.

Dahil nagtiwala siyang bubuhayin muli ng Diyos ang kanyang anak, nagawa niyang sumunod sa utos ng Diyos (Mga Hebreo 11:17-19). At sa isa pang aspeto, dahil ang lahat ng makalamang pag-iisip niya ay nawasak na, nakamtan niya ang pananampalataya at kinaya niyang ihandog ang kaisa-isang anak na si Isaac bilang handog na susunugin.

Nakita ng Diyos ang pananampalataya ni Abraham at naglaan Siya ng tupang lalaki para sa handog na susunugin, upang hindi mapatay ni Abraham ang kanyang anak. Nakita niya ang tupa na sumabit ang mga sungay sa mga tinik, kinuha niya ang tupa, at siyang inialay na handog na susunugin kapalit ng kanyang anak. Kaya't tinawag ni Abraham ang lugar na iyon na 'Jehovah-Jireh.'

Inutusan ng Diyos si Abraham dahil sa kanyang pananampalataya, sinasabi sa Genesis 22:12, *"Sapagkat ngayon ay nalalaman Ko na ikaw ay may takot sa Diyos, at hindi mo ipinagkait sa Akin ang iyong anak."* At nagbigay ng kamangha-manghang pangako ng pagpapala sa mga talatang 17-18, *"Tunay na pagpapalain kita, at pararamihin Ko ang iyong binhi, na gaya ng mga bituin sa langit at mga buhangin sa baybayin ng dagat; at makakamit ng iyong binhi ang pintuang-bayan ng kanyang mga kaaway. At sa pamamagitan ng iyong binhi ay pagpapalain ang lahat ng bansa sa lupa, sapagkat sinunod mo ang Aking tinig."*

Kahit hindi mo pa naaabot ang antas ng pananampalataya

ni Abraham, maaaring naranasan mo na rin ang pagpapala ng 'Jehovah-Jireh.' Noong may binabalak kang gawin, natuklasan mong may nakalaan na ang Diyos para sa iyo. Naging posible iyon dahil ang puso mo ay sumusunod sa Diyos noong sandaling iyon. Kung makakamtan mo ang pananampalatayang katulad ng kay Abraham, at lubos na susunod sa Diyos, mamumuhay ka sa biyaya ng 'Jehovah-Jireh' kahit saan at kahit kailan – kamangha-manghang buhay ang na kay Cristo!

Upang mapasaiyo ang biyaya ng Jehovah-Jireh, 'Ang PANGINOON ay magkakaloob,' dapat kang magsabi ng "Amen" sa kahit na anong uri ng utos ng Diyos, at lumakad lang ng naaayon sa kalooban ng Diyos, nang hindi ipinipilit ang sariling iniisip. Kailangang makamit mo ang ganyang pagkilala mula sa Diyos. Kaya maliwanag na sinasabi sa atin ng Diyos na ang pagsunod ay mas mabuti kaysa sa alay (1 Samuel 15:22).

Nabuhay si Jesus na nasa anyo ng Diyos, ngunit hindi Niya itinuring na isang bagay na dapat panghawakan ang pagiging kapantay ng Diyos kundi hinubaran Niya ang sarili at kinuha ang anyong alipin na naging katulad ng tao. Siya'y nagpakababa sa Kanyang sarili, at naging masunurin hanggang sa kamatayan (Filipos 2:6-8). At tungkol naman sa lubos na pagsunod, sinasabi ng 2 Mga Taga-Corinto 1:19-20, *"Sapagkat ang Anak ng Diyos, si Jesu-Cristo na ipinangaral namin sa inyo sa pamamagitan ko, ni Silvano at ni Timoteo, ay hindi 'Oo at Hindi,' kundi sa Kanya ay palaging 'Oo.' Sapagkat ang lahat ng mga pangako* ng Diyos sa Kanya ay 'Oo.' Kaya't sa pamamagitan Niya ay aming sinasambit ang 'Amen,' sa ikaluluwalhati ng Diyos."

Dahil ang bugtong na anak ng Diyos ay "Oo" lang ang sinasambit, dapat na ang tanging sabihin natin ay "Amen" sa anumang salita ng Diyos at luwalhatiin Siya sa pagtanggap ng biyaya 'Ang PANGINOON ay Magkakaloob.'

3. Nagsikap Si Abraham Na Makamtan Ang Kapayapaan At Kabanalan Sa Lahat Ng Bagay

Dahil inuna ni Abraham ang salita ng Diyos kaysa anupamang bagay, at minahal niya ang Diyos higit kanino man, wala siyang ibang sinambit kundi "Amen" sa salita ng Diyos at lubos na sumunod upang mabigyang-lugod ang Diyos.

Dagdag pa, lubos siyang napabanal at nagsikap na makamtan ang kapayapaan sa mga tao sa paligid niya upang kilalanin siya ng Diyos.

Sa Genesis 13:8-9, sinabi niya sa kanyang pamangking si Lot, *"Huwag na tayong magkaroon ng pagtatalo, maging ang ating mga pastol, sapagkat tayo'y magkapatid. Di ba nasa harapan mo ang buong lupain? Humiwalay ka sa akin. Kapag kinuha mo ang nasa kaliwa, ako ay pupunta sa kanan; o kapag kinuha mo ang nasa kanan, ako ay pupunta sa kaliwa."*

Mas matanda siya kay Lot, ngunit si Lot ang pinapili niya ng lupain para magkaroon ng kapayapaan at siya ay nagsakripisyo. Hindi niya inasam ang sarili niyang kapakanan kundi ang sa kapwa dahil sa espirituwal na pag-ibig niya. Gayon din naman, kung namumuhay ka sa katotohanan, huwag kang makikipag-away o magyayabang upang magkaroon ng kapayapaan.

Sa Genesis 14:12, 16, mababasa natin na noong mabalitaan ni Abraham na nabihag si Lot, pinangunahan niya ang tatlong daan at labingwalong sanay na tauhan na ipinanganak sa kanyang bahay. Hinabol at iniuwi nila ang lahat ng pag-aari, gayundin si Lot na kanyang kamag-anak, at ang mga pag-aari, at mga kababaihan at taong-bayan. At dahil siya ay totoong makatuwiran at lumakad sa tamang landas, binigyan niya si Melquizedek, ang hari ng Salem, ng ikasampung bahagi ng lahat, at isinauli ang natira sa hari ng Sodom na nagsasabi, *"Hindi ako kukuha kahit isang sinulid, o isang panali ng sandalyas, o ng anumang para sa iyo, baka iyong sabihin, 'Pinayaman ko si Abram'"* (t. 23). Samakatwid, si Abraham ay hindi lang nagsikap makamtan ang kapayapaan sa lahat ng bagay ngunit lumakad siya sa landas na matuwid at makatuwiran.

Isinasaad ng Sa Mga Hebreo 12:14, *"Pagsikapan ninyong magkaroon ng kapayapaan sa lahat at ng kabanalan na kung wala nito'y walang sinumang makakakita sa Panginoon."* Inuudyukan ko kayong pag-isipan na nakamit ni Abraham ang biyaya ng Jehovah-Jireh, 'Ang PANGINOON ang magkakaloob' dahil nagsikap siyang makamtan ang kapayapaan sa lahat ng tao at naganap ang pagpapabanal. Inuudyukan ko kayong maging katulad niya.

4. Pinaniniwalaan Ang Kapangyarihan Ng Diyos Na Manlilikha

Upang makamtan ang biyaya ng Jehovah-Jireh 'Ang PANGINOON ang magkakaloob,' dapat tayong maniwala sa kapangyarihan ng Diyos. Tinuturuan tayo ng Sa Mga Hebreo 11:17-19, *"Sa pamamagitan ng pananampalataya, nang subukin si Abraham, ay kanyang inihandog si Isaac. Siya na tumanggap ng mga pangako ay handang maghandog ng kanyang bugtong na anak, na tungkol sa kanya ay sinabi, 'Kay Isaac ay tatawagin ang iyong binhi.' Itinuring niya na maging mula sa mga patay ay maaaring buhayin ng Diyos ang isang tao, at sa matalinghagang pananalita, siya'y muli niyang tinanggap."* Naniwala si Abraham na sa kapangyarihan ng Diyos na Manlilikha ay magagawa ang lahat ng bagay, kaya nasunod niya ang Diyos nang hindi sinusunod ang anumang uri ng makalamang pag-iisip.

Ano ang gagawin mo kung uutusan ka ng Diyos na ialay ang kaisa-isang anak mo bilang handog na susunugin? Kung naniniwala ka sa kapangyarihan ng Diyos na sa Kanya'y walang imposible, kahit na hindi ka sang-ayon dito, susundin mo pa rin ito. At matatanggap mo ang biyaya ng 'Jehovah-Jireh.'

Dahil ang kapangyarihan ng Diyos ay walang hangganan, may inilalaan na Siya, ginaganap Niya, at ginagantihan tayo ng biyaya kung lubos tayong susunod nang walang anumang makalamang pag-iisip katulad ni Abraham. Kung mayroon tayong minamahal ng mas higit kaysa sa Diyos o nagsasabi tayo ng "Amen" sa mga bagay lang na sinasang-ayunan ng ating mga pag-iisip at teorya, hindi kailanman tayo makakatanggap ng biyayang 'Ang PANGINOON ay Magkakaloob.'

Tulad ng nakasaad sa 2 Mga Taga-Corinto 10:5, *"Aming ginigiba ang mga pangangatuwiran at bawat palalong hadlang laban sa karunungan ng Diyos, at binibihag ang bawat pag-iisip upang sumunod kay Cristo,"* upang matanggap at maranasan ang biyaya ng 'Ang Panginoon ay magkakaloob,' dapat iwaksi natin ang lahat ng uri ng pag-iisip ng tao at dapat magkaroon tayo ng espirituwal na pananampalataya na ang masasambit natin ay "Amen." Kung walang espirituwal na pananampalataya si Moises, papaano niya mahahati ang Dagat na Pula? Kung walang espirituwal na pananampalataya si Josue, paano niya mawawasak ang lunsod ng Jericho?

Kung susundin mo lang ang mga bagay na umaayon sa iyong pag-iisip at kaalaman, hindi ito maaaring tawaging espirituwal na pagsunod. Ang Diyos ay lumilikha ng isang bagay mula sa wala, kaya paano ito magiging kapareho ng lakas at kaalaman ng tao, na gumagawa ng bagay mula sa isang bagay?

Mababasa natin sa Mateo 5:39-44, *"Ngunit sinasabi Ko sa*

inyo, 'Huwag ninyong labanan ang masamang tao.' At kung ikaw ay sampalin ng sinuman sa kanang pisngi, iharap mo rin sa kanya ang kabila. Kung ipagsakdal ka ng sinuman, at kunin ang iyong baro, ibigay mo rin sa kanya ang iyong balabal. Kung may sinumang pumilit sa iyo na lumakad ka ng isang milya, lumakad ka ng dalawang milya na kasama niya. Bigyan mo ang humihingi sa iyo, at huwag mong pagkaitan ang ibig humiram mula sa iyo. Narinig ninyo na sinabi, 'Ibigin mo ang iyong kapwa, at kapootan mo ang iyong kaaway.' Ngunit sinasabi Ko sa inyo, Ibigin ninyo ang inyong mga kaaway, at idalangin ninyo ang umuusig sa inyo."

Ibang-iba ang salita ng katotohanan ng Diyos sa sarili nating pag-iisip at kaalaman, hindi ba? Kaya lagi ko kayong inuudyukan na isaisip na kung magsasabi ka lang ng "Amen" sa sinasang-ayunan ng mga iniisip mo lang, hindi mo matutupad ang kaharian ng Diyos at matatanggap ang biyaya ng Jehovah-Jireh, 'Ang PANGINOON na nagkakaloob.'

Kahit ba nagpahayag ka na ng pananampalataya sa Makapangyarihang Diyos, nagkakaroon ka pa rin ng mga problema, alalahanin at agam-agam? Kung gayon, hindi ito matatawag na tunay na pananampalataya. Kung tunay ang pananampalataya mo, magtitiwala ka sa kapangyarihan ng Diyos at ibibigay sa mga kamay Niya ang anumang problema mo ng may kagalakan at pagpapasalamat.

Nawa'y bawat isa sa inyo ay gawing una sa lahat ang Diyos, maging masunurin at magsabi ng "Amen" sa bawat salita ng Diyos. Nawa'y magsikap kang kamtan ang kapayapaan sa lahat ng tao na may kabanalan, at magtiwala sa kapangyarihan ng Diyos na bumuhay ng patay upang makatanggap ka at magtamasa ng biyaya ng 'Ang PANGINOON na Nagkakaloob,' sa pangalan ng Panginoong Jesu-Cristo, idinadalangin ko!

Ang May-Akda:
Dr. Jaerock Lee

Si Dr. Jaerock Lee ay ipinanganak sa Muan, Jeonnam Province, Republika ng Korea, noong 1943. Sa kanyang taong mga dalawampu, si Dr. Lee ay nagdusa mula sa iba't ibang sakit na walang kalunasan sa loob ng pitong taon at naghihintay ng kamatayan na walang pag-asang gagaling pa. Isang araw noong pabahon ng tag-sibol 1974, manapa, siya ay sinamahan sa isang simbahan ng kanyang kapatid na babae at nang siya ay lumuhod na upang manalangin, ang Buhay na Diyos ay kagyat na pinagaling siya sa lahat ng kanyang mga sakit.

Mula ng sandaling makatagpo ni Dr. Lee ang buhay na Diyos sa pamamagitan ng napaka-gandang karanasan, minahal niya ang Diyos ng buong puso at sinseridad, at noong 1978 siya ay tinawag na maging lingkod ng Diyos. Siya ay mataimtim na nanalangin ng sa gayon kanyang maliwanag na maunawaan ang kalooban ng Diyos, buong-buo na itinaguyod ito at sinunod ang lahat ang mga Salita ng Diyos. Noong 1982, pinasimulan niya ang Manmin Central Church sa Seoul, Korea, at ang napakaraming mga gawa ng Diyos, kasama na ang mga mahimalang pagpapa-galing at mga himala, ay nangyari sa kanyang simbahan.

Noong 1986, si Dr. Lee ay na-ordinahan bilang pastor sa taunang pagtitipon ng Assembly of Jesus' Sungkyul Church sa Korea, at apat na taon ang lumipas noong 1990, ang kanyang mga mensahe ay nagsimulang maisahimpapawid sa Australia, Russia, sa Pilipinas, at sa marami pa sa pamamagitan ng Far East Broadcasting Company, ang Asia Broadcast Station, at sa Washington Christian Radio System.

Tatlong taon pa ang lumipas noong 1993, ang Manmin Central Church ay piniling isa sa mga 50 Nangungunang Simbahan sa Mundo, mula sa *Christian World* magazine (US) at tinanggap niya ang Parangal bilang Doctor of Divinity mula sa Christian Faith College, Florida, USA at noong 1996 isang Ph.D. sa Ministeryo mula sa Kingsway Theological Seminary, Iowa, USA.

Mula 1993, si Dr. Lee ang siyang nanguna sa pandaigdigang pagmimisyon sa pamamagitan ng mga krusada sa ibayong dagat sa; Tanzania, Argentina, L.A., Baltimore City, Hawaii, at New York ng Estados Unidos, Uganda, Japan, Pakistan, Kenya, ang Pilipinas, Honduras, India, Russia, Germany, Peru, Democratic Republic of Congo, at Israel. Noong 2002 siya ay tinawag na "pandaigdigang pastor" ng mga pangunahing Pahayagang Krisitiyano sa Korea para sa kanyang mga gawa sa iba't ibang bansa Malakihang Nagkakaisang Krusada.

Nitong Oktubre 2018, ang Manmin Central Church ay may bilang ng kaanib na 130,000 miyembro. Mayroong mga 11,000 sangay sa sariling Bansa at sa ibayong Dagat sa iba't ibang panig ng mundo, at sa kasalukuyan mayroong mahigit 98 misyonero ay naipadala na sa 26 mga bansa, kabilang na ang Estados Unidos, Russia, Germany, Canada, Japan, China, France, India, Kenya at sa marami pa.

Sa petsa ng paglalathala ng Taga-paglimbag nito, si Dr. Lee ay nakasulat na ng 112 na mga aklat, kabilang na ang pinakamabiling aklat ang Malasahan ang *Walang Hanggang Buhay bago ang Kamatayan, Buhay Ko, Pananalig Ko I & II, Ang Mensahe ng Krus, Ang Sukat ng Pananampalataya, Langit I & II, Impiyerno* at *Ang Kapangyarihan ng Diyos*. Ang kanyang mga aklat ay isinalin na sa mahigit na 76 na wika.

Ang kanyang Kristiyanong lathala ay nakikita sa *Ang Hankook Iibo, Ang JoongAng Daily, Ang Dong-A Iibo, Ang Chosun Ilbo, Ang Seoul Shinmun, Ang Kyunghyang Shinmun, Ang Korean Economic Daily, Ang Shisa News,* at *Ang Christian Press*.

Si Dr. Lee ang kasalukuyang pinuno ng maraming samahang pangmisyonero at mga asosasyon; kasama na ang pagiging Chairman, The United Holiness Church of Jesus Christ, Chairman, Global Christian Network (GCN); Tagapag-tatag at Punong kinatawan, World Christian Doctors Network (WCDN); at Tagapag-tatag & punong kinatawan, Manmin International Seminary (MIS).

Iba pang makapangyarihang mga aklat ni Dr. Lee:

Langit I & II

Detalyadong paglalarawan ng napakaringal na tahanan na matatamasa ng mga tao sa langit at ang napakagandang mga antas ng kaharian ng langit.

Ang Mensahe ng Krus

Makapangyarihang mensahe para sa lahat ng taong espirituwal na natutulog! Sa aklat na ito makikita ang dahilan kung bakit si Jesus ang tanging Tagapagligtas at ang tunay na pag-ibig ng Diyos.

Impierno

Isang madamdaming mensahe sa lahat ng nilalang mula sa Diyos, na may kahilingang wala sanang mapahamak na kaluluwa patungo sa kalaliman ng Impierno! Iyong madidiskubre ang hindi pa naihahayag na nakaraan na talaan ng nakapangingilabaot na katotohanan ng Mababang Libingan at Impierno.

Espiritu, Kaluluwa, at Katawan I & II

Sa pamamagitan ng espirituwal na pagkilala tungkol sa espiritu, kaluluwa, at katawan, na siyang bumubuo sa tao makikilala din ng magbabasa ang 'sarili' niya at magkakaroon siya ng maliwanag na pagkaunawa tungkol sa buhay mismo.

Ang Sukat ng Pananampalataya

Anong uri ng tahanan, korona at mga gantimpala ang nakalaan sa iyo sa langit? Ang aklat na ito ay nagbibigay ng karunungan at gabay sa iyo para sukatin ang iyong pananalig at pagyamanin ang pinakamabuti at pinakaganap na pananalig.

Gumising Israel

Bakit nananatiling nakatuon ang Paningin ng Diyos sa Israel mula pa nang simula ng mundo hanggang sa araw na ito? Anong uring Probidensya mayroon Siya na inihanda para sa Israel sa huling araw, na naghihintay sa Mesias?

Buhay Ko, Pananalig Ko I & II

Napakabangong espirituwal na samyo na kinatas sa buhay na umusbong sa walang kaparis na pagmamahal para sa Diyos, sa gitna ng madidilim na alon, malamig na pamatok at ang pinakamalalim na desperasyon.

Ang Kapangyarihan ng Diyos

Ang higit na binabasa na nagsisilbing gabay na kung saan ang isa ay makapang-hahawak ng tunay na pananampalataya at maranasan ang kahanga-hangang kapangyarihan ng Diyos.

www.urimbooks.com